चावडी

दया पवार

मेहता पब्लिशिंग हाऊस

Please contact us at **Mehta Publishing House,** Pune 411030.
Email : production@mehtapublishinghouse.com
Website : www.mehtapublishinghouse.com

- *या पुस्तकातील लेखकाची मते, घटना, वर्णने ही त्या लेखकाची असून त्याच्याशी प्रकाशक सहमत असतीलच असे नाही.*

CHAVADI by DAYA PAWAR

चावडी : दया पवार / कथासंग्रह

Email : author@mehtapublishinghouse.com

प्रकाशक : सुनील अनिल मेहता, मेहता पब्लिशिंग हाऊस,
१९४१, सदाशिव पेठ, माडीवाले कॉलनी, पुणे - ४११०३०.

मुखपृष्ठ : चंद्रमोहन कुलकर्णी

प्रकाशनकाल : मार्च, १९८३ / जानेवारी, १९९२ / पुनर्मुद्रण : जून, २०१६

P Book ISBN 9788171611775
E Book ISBN 9789387319462
E Books available on : play.google.com/store/books
www.amazon.in

डॉ. म. ना. वानखडे
आणि
हरिशंकर परसाई
यांना

हाळी

चावडीवर 'हाळी' देण्याची तशी गरज नव्हती; पण 'जागल्या'संबंधी खुलासा केला नाही, तर नाहक गैरसमज होण्याची शक्यता. पुस्तकात 'चावडी' आणि 'जागल्या ' असे सरळ दोन कप्पे पडलेले. तोंडवळा भिन्न असला, तरी सामाजिक बांधिलकीचे सूत्र दोन्ही भागांत कायम दिसेल.

'चावडी' आणि 'जागल्या' हे काही सलगपणे केलेले लेखन नाही. वेळोवेळी मी हे स्तंभलेखन केले. 'दिनांक' या साप्ताहिकात क्रमाने 'चावडी'चे लेखन केले. 'जागल्या'ची सुरुवात 'संसद' या लघुपत्रिकेतून झाली. दोन-तीन लेखांनंतर पुढे 'जागल्या' सातत्याने 'तात्पर्य ' या मासिकात प्रसिद्ध झाले. संबंधित संपादकांनी सदर लेखन प्रसिद्ध केले, मला सातत्याने लिहिण्यास भाग पाडले, याबद्दल मनःपूर्वक आभार.

'जागल्या'चा तोंडवळा हा तसा गावरानी ढंगातला. 'जागल्या' तसा एकाएकी निर्माण झाला नाही. माझ्या लहानपणापासून हा जागल्या मनात दडून बसलेला. 'बलुत्या'तही तो कधीमधी डोकावतो. बिनधास्तपणे बोलतो. त्याला कसलाही आगापीछा नसतो. मनात येईल, ते सरळ बोलावे. 'एक घाव दोन तुकडे' करावेत. कुणाच्याही दबावाखाली वावरू नये, अशी माणसे मी खेड्यात पाहिलेली. पुढे माणूस जसा मध्यम वर्गात येत जातो, तसे त्याच्या बोलण्यात-वागण्यात नवीन नॉर्म तयार होतात. त्याच्या सर्वच वृत्ती कासवाच्या अवयवासारख्या आकुंचित होतात. तो उलीसं खातो आणि कुथून विचार करतो. त्याला आपण सुसंस्कृत माणूस अशी संज्ञा देतो. या पंक्तीत 'जागल्या' काही बसत नाही.

'जागल्या' या टोपणनावाने हे लेखन प्रसिद्ध झाले. सुरुवातीला संपादक आणि मी यातच जागल्याचं गुपित होते. 'जागल्या' मी लिहितो आहे याचे गुपित जोपर्यंत कायम होते, तोपर्यंत 'जागल्या' बिनधोकपणे लिहिला जात होता. हळूहळू जागल्याचे बिंग फुटू लागले आणि माझ्यातील जागल्या हवा तसा व्यक्त होईना. नकळत माझ्या मनावर सुसंस्कृत जगातील नॉर्मची दडपणे पडू लागली. 'साहित्य सहवास',

'दलितस्थान' किंवा 'आमी पुण्याचे बामन हरी' इ. लेखांमुळे काही मातब्बर मंडळी दुखावली गेली.

रसिक वाचक यांची आस्वादाची प्रक्रिया एक असते, असे ढोबळ विधान आपण करीत असतो. पण वास्तवात भिन्न भिन्न सांस्कृतिक बेटे असल्यामुळे आस्वादाची प्रक्रियाही भिन्न होत गेली. ज्या बेटात कलाकृती अभिजात ठरेल, तशी दुसऱ्या बेटावर ठरेलच, याची खात्री देता येत नाही. 'जागल्या' मुळे भिन्न भिन्न सांस्कृतिक बेटांत नेमक्या अशाच प्रतिक्रिया का उमटाव्यात, याचा शोध फारसा कुणी घेत नाही.

कुणालाही न दुखवता केलेला विनोद अथवा व्यंग हा श्रेष्ठ विनोद समजला जातो. जागल्याचा विनोद (विनोद शब्द अपुरा वाटतो) उपहास म्हणायला हवा. हा अनेकांना बोचरा वाटतो. 'काय मजा आली' किंवा 'तुझ्यासारख्या लेखकानं एवढं उथळ लिहू नये,' अशा प्रतिक्रियांमुळे उपहास हे केवढे मोठे हत्यार आहे, याची जशी जाणीव होत होती, तसे आपले समाजमन किती बंदिस्त आहे, याचीही प्रचीती येत होती. नकळत येणाऱ्या दडपणामुळे शेवटी एकाएकी माझ्या मनातील 'जागल्या' लोप पावला. आज इच्छा असूनही 'जागल्या'ला जाग येत नाही.

'चावडी' आणि 'जागल्या' यांचे एकत्रितपणे पुस्तक प्रसिद्ध करण्याची मूळ कल्पना प्रा. केशव मेश्राम यांची.

- दया पवार

अनुक्रमाणिका

दिल्ली गं नगरी बडी बाँका

हे काही तसं दिल्लीचं प्रवासवर्णन नाही. दिल्लीतला निसर्ग, सौंदर्यस्थळे किंवा उकाड्यातील दिल्लीचे दर्शन अथवा थंडीतील धुक्यात लपेटलेला तिचा धूसर चेहरा टिपावा, असेही काही वाटत नाही. हे दिल्लीबाबतच होत असेल नाही, तर नव्याने कुठल्याही शहरात मी जात असतो त्याबाबतही असेच होते. तिथला निसर्ग, प्रेक्षणीय स्थळे अथवा बदलणाऱ्या निसर्गाची विविध रूपे मनाला भिडतच नाहीत. परत येतो तेव्हा तेथील माणसे, घटना यांचीच मनात गर्दी उसळते. दिल्लीबाबतही तसेच होते आहे.

गेल्या तीन-चार महिन्यांपासून तीनदा दिल्लीला फेऱ्या झाल्या. कधी आठ दिवस, कधी पंधरा तर कधी तब्बल महिना. पहिल्यांदा गेलो तेव्हा शहर जवळजवळ अंगावर कोसळले. पंधरा ऑगस्टचा लाल किल्ल्यावरचा स्वातंत्र्यसोहळा जवळ आला होता. आपण तो पाहावा, असे मात्र वाटत नव्हते. मी परतत असताना देशातल्या विविध भागांतून गर्दी दिल्लीकडे खेचली जात होती. दिल्ली पहिल्यांदा पाहिली तेव्हा, का कुणास ठाऊक, मोराची आठवण झाली. आपल्या देशाचा राष्ट्रीय पक्षी म्हणून मोराचीच निवड का बरे केली असावी, याचीही थोडीफार कल्पना आली. मी माझ्या कामाकरिता दिवसभर सचिवालय, पार्लमेंटभोवतालचा परिसर, कॅनॉट प्लेस, तेथील उंची हॉटेल्स असा फिरत होतो, तर मुक्कामाला चांदणी चौकाजवळील महाराष्ट्र स्नेहवर्धक समाज या वास्तूत डोके टेकीत होतो. एकाच वेळी दिल्लीचे हे दर्शन असह्य करीत असते. मोराचा हजार डोळे असले नेत्रदीपक पिसारा, त्याचे आपल्याच मस्तीतील थिरकणे हे दिवसभर जाणवत होते आणि रात्रीला चांदणी चौकातील दैन्यदारिद्र्याचे उघडेनागडे दर्शन मोराच्या पायाची आठवण करून देत होते. वाटत होते- अरे, याच पायावर कॅनॉट प्लेसचे जग उभे आहे.

मथुरा स्टेशनापासूनच दिल्लीचा वेगळा नूर लक्षात येऊ लागतो. पान मागितले तर 'जोडा' देतील. म्हणजे दोन पट्ट्या घ्याव्या लागतील. जुगूम जोडा म्हणजे स्त्री-पुरुष संबंध असा मोठा रोमँटिक संदर्भ या पाठीमागे आहे.

विज्ञान युगात वावरणाऱ्या दिल्लीने 'कुल्हड' संस्कृती अजून का बरे जपावी, याचे नवल वाटत होते. 'कुल्हड' हे मातीचे भांडे. यातून चहा दिला जातो. चहाला भाजलेल्या मातीचा करपट वास येतो. चहा पिऊन झाल्यानंतर हे खापराचे भांडे फेकून द्यावयाचे असते. आजच्या जगात हे त्याज्य करावयाचे तर गोरगरीब कारागिरांच्या हातची रोटी हिसकावून घेतल्यासारखी होईल, म्हणून कुणी 'कुल्हड' संस्कृतीचे उदात्तीकरणही करेल. पण मला मात्र वेगळ्याच प्रश्नाने सतावले आहे. यात जातीचे सोहळे टिकविण्याची तर करामत नसेल? कपातून चहा प्यावयाचा म्हणजे कोणत्याही जाती-धर्माने उष्टा केलेला कप तोंडाला कसा लावायचा, ही कल्पना तर 'कुल्हड' संस्कृती टिकविण्यामागे नसेल? मला उगीचच 'बालभारती' मधील प्रतिज्ञा हास्यास्पद वाटू लागते.

हे जसे 'कुल्हड'चे, तसेच दिल्लीत बसने प्रवास करीत असताना अशाच एका दुसऱ्या प्रश्नाने सतावले. मुंबईतील बसकंडक्टर आठवा. चामड्याची बॅग गळ्यात घातलेली. टक टक पंच करीत तिकिटे देणारा, खाकी युनिफॉर्म घातलेला. दिल्लीतल्या कंडक्टरांचा रुबाब मात्र बादशाही वाटला. कुठलाच युनिफॉर्म तो घालीत नाही. गळयात चामड्याची बॅग नाही. एका हातात पैसे ठेवण्याकरिता कापडी पिशवी. दुसऱ्या हातात तिकिटांचा गठ्ठा. आपल्या जागेवरून तो उठणार नाही. प्रवाशांनी त्यांच्याजवळ जाऊन तिकीट घ्यावे, हा प्रकार. मी सहजच एका प्रवाशाला मुंबईची पद्धत सांगत असतो. 'ही एवढी धसमुसळी पद्धत तुम्ही का स्वीकारता? गळ्यातील कातडी बॅग किती तरी सुटसुटीत!'

यावर त्या प्रवाशाने जे भाष्य केले ते ऐकून मी उडालोच!

तो म्हणाला, 'अरे भाई, ये सब लोग जाठ हैं. गले में चमडेका पट्टा लगाना उन्हें कुत्ते जैसा लगता है!'

मी बघतच राहिलो. सरंजामी काळातील असे अवशेष दिल्लीत ठायी ठायी विखुरलेले. जो तो आपल्या इतिहासाच्याच कोषात वावरतो आहे. काप गेले - भोके राहिली, तसा हा प्रकार.

याउलट तेथील पायरिक्षा खेचणाऱ्यांचे जग गलबलून टाकणारे! बरेचसे रिक्षावाले हे बंगाली निर्वासित. काही दलित तरुण. जर्मनाच्या पलीकडील घेट्टोजमध्ये हे राहतात. खुराड्यासारख्या झोपड्या. या रिक्षावाल्यांना कॅनॉट प्लेसच्या जगात येण्यास परवानगी नाही. तेथील उच्चभ्रू संस्कृतीत यांचे आगमन महारोग्यासारखे वाटत असावे किंवा परदेशी प्रवाशांच्या नजरेतली भारतीय

प्रतिमाही डागळत असावी. बऱ्याचशा रिक्षावाल्यांच्या रिक्षा या स्वतःच्या मालकीच्या नसतात. उत्पन्नाचा मोठा वाटा द्यावा लागतो. माणसाने माणसालाच वाहून नेणाऱ्या या रिक्षात बसावे किंवा नाही, हा विचार मला तर भोंगळ मानवतावाद वाटतो. एकूण व्यवस्थाबदलाच्या संदर्भातच याचा विचार व्हायला हवा. त्यामुळे रिक्षातून जाताना त्यांच्याशी बातचीतही होत होती. मालकाला दिवसाची मिळकत देता सात-आठ रुपये वाचत होते; पण त्यातील सर्वच पोटाची आग विझविण्यास जात होते. दिल्लीतील डिसेंबर-जानेवारीच्या जीवघेण्या थंडीत तो कसा रिक्षा खेचत असेल, याचेच चित्र नजरेपुढे तरळते.

फुटपाथवर, इमारतीच्या आडोशाला... कुठेही हे रिक्षावाले झोपत होते. नुकतीच दिल्लीत थंडीची लाट आली होती. रिक्षाच्या जवळपासच नव्याकोऱ्या रजया फुटपाथवर रचलेल्या दिसत होत्या. मी एकाला विचारले, ''या सर्व रजया विकण्यासाठी ठेवल्यात का?'' त्यावर तो माझ्याकडे बावळटासारखा पाहतच राहिला. तो म्हणाला, ''साब हम रिक्षावाले रातको ये किराया पर लेते. दो रुपया किराया देते. सुबे रजइ वापस देनी पडती है !'' व्यापाऱ्यांच्या अक्कलहुशारीची मला कमाल वाटते. माणसे मुडद्यांच्या टाळूवरचे लोणी खातात म्हणजे काय, ते मला त्या दिवशी कळले.

या तळागाळातील लोकांच्या मुक्तीसाठी दिल्लीत कुणी विचारच करीत नाही असे मात्र वाटले नाही. दिल्ली शहराच्या बाहेर कुतुबमिनारपाशी नेहरू युनिव्हर्सिटी आहे. तेथे देशातील तरुणांचे इंटेलेक्चुअल क्रीम जमा झालेले. तेथील कॅन्टीनमध्ये बसलो असताना लावलेल्या विविध पोस्टर्सवरून तेथील तरुणांच्या वेगवेगळ्या चळवळींची कल्पना येत होती. तेथे जवळ जवळ पोस्टर्स युद्धच चालले होते. तेथे सांगितले गेले की, आजकाल दिल्लीतला कोणताही मोर्चा नेहरू युनिव्हर्सिटीच्या मंडळींशिवाय पारच पडू शकत नाही. डाव्यांत एवढ्या विविध शेड्स असतात, हे प्रथम येथेच लक्षात आले. चर्चेत बरीचशी मंडळी बुलेटची भाषा करीत होती. 'बंदुकीच्या नळीतूनच क्रांती येईल' हा आशावाद त्यांच्या नजरेतून तरळताना दिसत होता. एक तर भाबडेपणाने विचारत होता, 'महाराष्ट्रात जंगल कुठे आहे' म्हणून! यांच्या पेहेरावाकडे, खाण्यापिण्याच्या सवयीकडे पाहिले तरी ही बड्या घरची मंडळी दिसत होती. एक तर जाहीरपणे सांगत होता, ''मी ब्राह्मण आहे. आमचे सर्वच आजच्या व्यवस्थेने हिसकावून घेतले आहे; खऱ्या अर्थाने आम्हीच 'सर्वहारा' आहोत. क्रांती आणू ती आम्हीच.'' भगव्यावर विळा-हातोडा कसा बरे दिसेल, याचे चित्र माझ्या नजरेपुढे येत होते आणि मला हसू फुटत होते. मार्क्सोला शेंडी ठेवून जाणाऱ्या एका मार्क्सवादी तरुणाचा किस्साही एकाने सांगितला.

नेहरू युनिव्हर्सिटमधील तरुणांचा एक गट मात्र गमतीदार वाटला. युनिव्हर्सिटीच्या कँपसमध्ये मुला-मुलींना राहण्याकरिता मोठी देखणी हॉस्टेल्स आहेत. लाल सुबक विटातील. भारतातील सर्व नद्यांची नावे त्यांना दिलेली. 'सतलज' आणि 'झेलम' या हॉस्टेलच्या इमारती समोरासमोरच आहेत. यापैकी एक तरुणांचे हॉस्टेल, तर दुसरे तरुणींचे. 'तरुण-तरुणींसाठी वेगवेगळी हॉस्टेल्स नकोत, आम्ही आता कुक्कुली बाळे नव्हेत; आम्ही एकत्र राहू,' या मागणीसाठी मोर्चे-घोषणा. भारतीय परंपरेतील अधिकाऱ्यांची जीभ टाळूला चिकटलेली. शेवटी मेस एकच ठेवण्याची मागणी मान्य झाली. तरुणींना तरुणांच्या रूमवर जाण्याची परवानगी आहे. फक्त तरुण जाऊ शकत नाहीत. एकंदरीत काय, क्रांतीच्या चर्चेला आता जादा गती आलीय असे बोलले जाते! हा किस्सा ऐकून माझी चांगलीच करमणूक झाली.

याउलट प्रा. येसांबरे यांना दुसऱ्या प्रश्नाने भेडसावले आहे. मुंबईच्या आंबेडकर कॉलेजमधील हे एक प्राध्यापक. सध्या पीएच.डी.च्या अभ्यासाकरिता नेहरू युनिव्हर्सिटीत आहेत. सुरुवातीला त्यांना हॉस्टेलमध्ये जागा मिळाली नव्हती. फॅमिलिसहित ते दिल्लीत राहू इच्छित होते. युनिव्हर्सिटीपासून फर्लांगभर अंतरावर त्यांनी घराचा शोध घेतला. प्रत्येक ठिकाणी जात विचारीत. प्रा. येसांबरे खरे सांगत. त्यामुळे त्यांना सर्वत्र नन्नाचा पाढा ऐकायला मिळाला. ही जखम आजही प्रा. येसांबरे विसरू शकत नाहीत. दिल्लीत दुसरे असेच एक प्रसिद्ध हिंदी लेखक भेटले. साहित्य अकादमीच्या पत्रिकेचे ते संपादक आहेत. नाव शानी. धर्माने मुसलमान असल्यामुळे हजारभर रुपये भाडे ओतूनही त्यांना चांगल्या सवर्ण हिंदू वस्तीत जागा मिळू शकत नाही. एकंदरीत काय, 'कुल्हड' संस्कृती जैसे थे आहे!

महाराष्ट्र स्नेहवर्धक मंडळाचा ऐसपैस हॉल आहे. दिवसाचे फक्त दोन रुपये घेतले जातात. दिल्ली स्टेशनपासून काय किंवा अजमेरी गेटपासून काय, कुठूनही गेले तरी तसे ते लांबच पडते. रिक्षा करावीच लागते. हा भाग तसा कमालीचा बकाल. धान्याची गोदामे, हातगाड्या, मालाचा चढ-उतार करणाऱ्या लॉऱ्या आणि या चक्रव्यूहातून वाट काढणारी आपली पायरिक्षा... हे सारेच दिव्य आहे. पण एकदा का तुम्ही मंडळाच्या वास्तूत आलात, म्हणजे घरासारखेच वाटते. संध्याकाळी अथवा रात्री दिवसभराच्या कामकाजाचा पाढा माणसे वाचत असतात, आणि मग लक्षात येऊ लागतं- अरे, ही माणसे येथे जी येऊन राहिलीत, ती काही जिवाची दिल्ली करण्यासाठी नाही! एखादी मुलांची किंवा मुलींची ट्रीप आली म्हणजे तेवढाच चिवचिवाट. सकाळीच उठून पाहावे तेव्हा लक्षात येते, ती केव्हाच भुर्रकन उडून गेलीत! बाकीची माणसे मात्र कमालीची विवंचनेत असतात. आपुलकी दाखविल्याशिवाय तोंडच उघडत नाहीत. खरे म्हणजे, त्यांतील काही बडे अधिकारी असतात. सर्वच महाराष्ट्रीयन असतात असेही काही नाही.

आता हा माझ्यासमोर पथारी टाकून बसलेला तरुण पाहा. काळासावळाच आहे. आसाममध्ये डिफेन्समध्ये आहे. मूळचा नागपूरचा. ऑफिसर आहे. त्याला आपल्याच एज्युकेशन मिनिस्ट्रीने कॅनडाची शिष्यवृत्ती दिली आहे. तेथील सरकार त्याची सर्व व्यवस्था पाहील. इंजिनिअरिंगमधील नवे ज्ञान त्याला मिळणार आहे. पण त्याची मिनिस्ट्री त्याला सोडावयास तयार नाही. आहे की नाही गंमत! एका खात्याचा दुसऱ्याला पत्ताच नाही. तांत्रिक अडचणीत त्याची फाईल गटांगळ्या खात आहे.

दुसरा तरुण मद्रासवरून आला आहे. सारा कारभार सुस्त अजगरासारखा आळोखेपिळोखे देणारा. याउलट नुकतीच थंडीची लाट असल्यामुळे स्टाफची कुठल्याही क्षणी कँटीनमध्ये गर्दी. स्त्रिया वुली गरम कपडे विणण्यात गर्क. ठायीठायी सुया आणि रंगीबेरंगी वूल. तुमच्यासारख्या पामराकडे पाहण्यास-बोलण्यास यांना वेळच नसतो. सेक्रेटरीज एक नियम मात्र कटाक्षाने पाळतात- ते तुमच्याशी जादा बोलणार नाहीत, हसणार नाहीत; ध्यानस्थ मुनीसारखे वाटतात. कुणी सांगावे, याहून एखादा तरी आपला 'मार्गदाता' असेल! एकंदरीत काय, ब्रिटिश गेले तरी त्यांनी रचलेली ही यंत्रणा लोकशाहीतही शाबूत आहे, याचाच अचंबा वाटतो आहे.

दिल्लीत सभा, मोर्चे आणि आमरण उपोषणे एखाद्या दिवशी नाहीत असे कधी घडतच नाही. एका विद्यार्थ्याला काढून टाकण्यात आले म्हणून नेहरू युनिव्हर्सिटी बंद होती. ती पुन्हा चालू करण्यासाठी एक मोर्चा. याच दरम्यान सतीच्या चालीचे उदात्तीकरण करणारी मिरवणूक. संजय गांधीच्या स्मृतिप्रीत्यर्थ डॉ. आंबेडकर स्टेडियमवर फुटबॉलचे सामने, तर जवळच रामलीला मैदानावर बामसेफचे अखिल भारतीय अधिवेशन. बॅकवर्ड मायनॉरिटीज, एस. सी. आणि एस. टी. सरकारी नोकरीची ही एक संघटना. नेमक्या याच वेळी कॅनॉट प्लेसजवळील बोट क्लब येथे मूठभर मंडळींचे आमरण उपोषण चाललेले. कारण काय, तर हरिजन आणि आदिवासी यांना सरकारी नोकरीत सवलती देऊ नयेत, प्रमोशन थांबवावीत! दलितांना आमरण उपोषणाची धमकी देणारी ही मंडळी आली होती आसामातून. आसामचे हे नवे रूप मात्र धक्का देणारे होते. घटनेच्या कलमांच्या विरुद्ध हे वर्तन कुणालाच वाटत नव्हते, आणि याचे निमित्त करून बामसेफला मिरवणूक काढण्याची बंदी केली गेली होती.

उभ्या-आडव्या ताणांनी विणलेले असे हे दिल्ली शहर. कॅनॉट प्लेसच्या मध्यभागी एक कॅफे हाऊस आहे. तेथे संध्याकाळी लेखक, पत्रकार, आणि राजकारणी एकत्र जमतात. कुणी सांगतात, सी.आय.डी.सुद्धा असतात! त्यामुळे आपापल्या टेबलाभोवती गप्पांची कुजबुज चालू असते. कॉफीचे घोट घेतले जातात. दिल्लीत

तशी दारू उघडपणे कुठल्याही हॉटेलात मिळत नाही. परदेशी पाहुण्यांना मात्र हा नियम नाही. चक्क रेशनच्या दुकानासारखी सायंकाळी तासभर दारूची दुकाने उघडली जातात. तेथे गिऱ्हाइकांची झुंबड उडते. दुकान बंद झाल्यावर बाहेर थेंबही ब्लॅकने मिळणार नाही. तेव्हा कॅफे हाऊसचा उपयोग तसाही चोरून, लपून कुणी करीत असतो. आपल्या खांद्यावर लटकलेल्या झोळीतून हळूच बाटली बाहेर काढली जात असते; वेटरला चिरमिरीने गप्प केले जाते. येथे दोन प्रकारच्या चर्चा सहजच कानावर येतात. येथेही तुम्हाला बुलेटवाला भेटेल. बंदुकीच्या नळीतूनच क्रांती होईल, असा आशावाद त्याच्या नशील्या नजरेतून तरळत असतो, साहित्य, कला, कविता या साऱ्याच गोष्टी त्याला बंडल वाटतात. त्यांनी दलित पँथरबद्दल मला खोदून खोदून विचारले. बिहारात दलितांपैकीच संथाल या तरुणाने हाती बुलेट घेतली, तो आज आक्रमक पवित्र्यात उभा आहे. याच धर्तीवर दलित पँथर का बरे उभी राहू शकत नाही, हे प्रश्न त्यांना पडत होते. दलित पँथरच्या एका नेत्याने शिवसेनेबरोबर कशी काय हातमिळवणी केली, हे कोडे त्यांना सुटत नव्हते. गप्पांच्या ओघात मध्येच कुणी तरी येऊन डोकावत असतो. एवढ्या एक-दोन तासांत बाहेरच्या जंगलात एक-दोघांचे मुडदे पडलेले असतात. मी आता खऱ्या अर्थाने हादरलेलो. दुसरी चर्चा मात्र कमालीची हलकीफुलकी. एकमेकांची टवाळी करणारी. लेखक हा तसा जादाच अहंकारी प्राणी. मराठीत पाहिल्या नाहीत तेवढ्या लेखकांच्या फळ्या मी इथे पाहिल्या.

बोलताबोलता कधी प्रकरण भांडणावर येईल, हे सांगता यायचे नाही. अनेक बड्या लेखकांची टवाळी होत होती. साहित्यातील एखादा नवा विचार, अनुभव समजावून घ्यावा म्हणून मी जात असतो; पण तेथील संवाद ऐकून विषण्ण होत असतो. फिरक्या घेण्याची पद्धतही जीवघेणी वाटत होती.

एक जण आपणच रचलेली एका मातब्बर लेखकाची टवाळी करणारी कथा सांगत असतो. फलाणा लेखक जपानला गेलेला असतो. पुन्हा आपण भारत देशात परत जाऊ तेव्हा तेथील लोकांनी आश्चर्य करावे अशी वस्तू आपण घेऊन जावी, असे लेखकाला वाटते. तो तेथील डॉक्टरकडे जातो आणि लिंगाच्या ठिकाणी हत्तीच्या बछड्याची सोंड कलम करण्याची विनंती करतो. डॉक्टर तसे करतो. पण लेखकमहाशय जेव्हा मुत्रीत जातात, तेव्हा त्यांच्याच मुत्राचा त्यांच्यावर अभिषेक होत असतो वगैरे गोष्टीनंतर हसण्याचा लोट.

या सर्व गदारोळातही एखादा अस्सल कवी मनात खोलवर रुतून बसतो. गिरधर राठींची अशीच दिल्लीत तुरळक ओळख. त्यांची कविता आठवत आहे....

स्तालिन परदे में रहता है
हम पायदान में

स्तालिन हमारा नाम नही पूछता
न गाव
न पेशा
न वजन
स्तालिन हसता रहता है
हम पर, हमारे खिलाफ
हमारे भीतर!

◆

आस्वाद

मराठीत भाषेसंबंधी एक गमतीदार वाद मध्यंतरी उपस्थित झाला होता. शिक्षणाचे व राज्यव्यवहाराचे माध्यम मराठी भाषा व्हावे याबद्दल विचारवंताचे एकमत आहे; पण मराठीकरणाच्या मिषाने भाषेचे 'संस्कृतीकरण' होत आहे आणि संस्कृतीकरण' झाले की भाषा अवघड होते. सामान्य जनांना ती दुर्बोध होऊन बसते, असा मुद्दा हिरिरीने एक बाजूने मांडला जात होता, तर दुसऱ्या बाजूने संस्कृत ही काही खरी ब्राह्मणांची भाषा नाही; ती लोकभाषाही होऊ शकते. कोंबड्याला 'कुक्कुट' म्हटले तरी काही बिघडत नाही, असा ठाशीव मुद्दा पुढे केला जात होता.

भाषेसंबंधीचा वाद हा काही मराठीत नवा नाही. सावरकर संप्रदायातील मंडळी आपली भाषा शुचिर्भूत राहावी म्हणून जपत. सिग्नलला 'अग्निरथगमनागमनदर्शक लोहपट्टिका', टायला 'कंठलगोट' किंवा दुकानाला 'विकान' असे हास्यास्पद पर्याय शोधत. मुसलमान किंवा ख्रिश्चनांच्या भाषेचे हिंदू संस्कृतीवर आक्रमण होते म्हणून त्यांनी ही भाषाशुद्धीची मोहीम उघडलेली. जाताजाता सुचवावेसे वाटते की, भाषेबाबत जेवढे हे जागरूक दिसतात, तेवढे काही उंची मद्य, परदेशी सिगारेट, उंची अत्तरे, पेहराव किंवा घरातील आधुनिक फर्निचर याबाबत जागरूक दिसत नाहीत!

नाही म्हटले तरी आजवर भाषेसंबंधी वाद उपस्थित करणारी मंडळी एकाच सांस्कृतिक परिघातील होती. त्यात थोडे फार डावे-उजवे करता येईल; पण लिपिबद्ध जेवढे शब्द त्याचाच पुन्हा पुन्हा विचार होतोय. काही वर्षांपूर्वी समाजातील मूठभर धर्मच ज्ञानार्जन करीत असे. इतरांना ज्ञानापासून वंचित ठेवण्याचा सापळा रचलेला. त्यामुळे नकळत भाषेलाही मर्यादा पडत गेल्या. एखाद्या अज्ञात प्रदेशात खनिज संपत्ती तळाला वर्षानुवर्षे पडून राहावी, तशी कितीतरी शब्दसंपत्ती समाजाच्या तळाच्या वर्गांपाशी पडून राहिलेली. त्यांची बोली भाषा ही प्रादेशिक म्हणून अलग

ठेवलेली. खरे म्हणजे हेच खरे मराठीचे रसरशीत धन आहे. प्रादेशिक म्हणावयाचे असेल तर प्रचलित ग्रांथिक मराठीलाच म्हणावे लागेल. नाही म्हटले तरी, मूठभरांची ती भाषा. तळातून भाषेचा येणारा हा नवा प्रवाह शिक्षण वा राजव्यवहाराची भाषा यांच्या संदर्भातच महत्त्वाचा नाही, तर साहित्यातील आस्वादप्रक्रियेशीही याचा संबंध पोचतो.

गेल्या पाच-दहा वर्षांत दलित साहित्याच्या रूपाने हा नव्या भाषेचा ओघ मराठीत येतो आहे. 'ग्रेस' यांच्या कवितेतील निसर्ग-पक्षी-झाडे हे सारे भोवतालच्या मातीतले नसताना, ते समजावून घेण्याकरिता कलासमीक्षक कष्ट घेतात, तेवढे काही नामदेव ढसाळ यांच्या 'गोलपीठा' या काव्यसंग्रहातील किंवा प्र. ई. सोनकांबळे यांच्या 'आठवणीचे पक्षी' या आत्मचरित्रात्मक पुस्तकातील, माधव कोंडविलकर यांचे 'मुक्काम पोस्ट देवाचे गोठणे' इत्यादींतील भाषा, तिची लय समजावून घेताना दिसत नाहीत. यांतील बरेच शब्द मध्यमवर्गीय वाचकांच्या डोक्यावरून जातात. त्यांची अडचण अशी की, मराठी शब्दकोशातही हे शब्द सापडत नाहीत. आपला मराठी वाचक हा एका संस्कृतिक पातळीवर नाही, हीच याची स्पष्ट कबुली आहे. 'बलुतं' च्या संदर्भात मला एका निवृत्त प्राध्यापकांचे पत्र आले. पत्राची सुरुवात मोठी मजेशीर आहे. प्राध्यापक लिहितात, 'तुझं बलुतं वाचलं. तुझं म्हणावयाचं कारण, मी एक तर वय ६६ चा; दुसरं तू जसा 'दलित ब्राह्मण' तसा मी 'ब्राह्मण दलित'. स्वतःची जात 'देशस्थ ऋग्वेदी महार' अशी पुष्कळदा सांगतो.' स्वतःच्या जातीची त्यांनी केलेली टवाळी मला आवडलेली असते. पण त्यांच्या पुढील वाक्याने मी ठेचाळतो. बलुत्यातील १००-१५० शब्दांची जंत्री त्यांनी सोबत जोडलेली. 'बलुत्या'तील दलित-मागास शब्द त्यांना कळत नाहीत, ही त्यांची प्रमुख तक्रार असते. त्यांनी स्वतःला 'देशस्थ ऋग्वेदी महार' म्हणवून घेतले तरी नकळत जातीचे संस्कार त्यांच्यावर झालेले. आस्वादाच्या प्रक्रियेत त्यांना हे शब्द खड्यासारखे वाटतात, हेच खरे.

मराठीतील कलावादी समीक्षक आस्वादाची मीमांसा सातत्याने करीत असतात. गाडी चालू असताना खिडकीतून एखादा कागदाचा कपटा हाती आला आणि त्यावर कविता लिहिलेली असली तर आमच्या आस्वादाच्या प्रक्रियेत कोणताच बिघाड होत नाही. लेखक हा कोणत्या जातीचा अथवा धर्माचा, दलित किंवा सवर्ण हे समजावून घेण्याची आम्हाला काहीच आवश्यकता वाटत नाही, ही त्यांची एकंदरीत कलामीमांसा. पण मला वाटते, की आपल्या देशाच्या संदर्भात इतके जाती-धम-पंथ; यामुळे सांस्कृतिक कप्पे पडलेले. त्यांच्या आस्वादाच्या प्रक्रियेत ही भिन्न रुची दिसून येते. मुंज किंवा मोदक म्हटले म्हणजे ज्या सांस्कृतिक जाणिवा सवर्ण बायकांना लगेच समजतात, तसे गुडसा-बरबाट-खदाकन कचकोल इ. शब्दांपुढे त्यांच्या जाणिवा ठार बधिर असतात. सुशिक्षित दलित बायकांना हे शब्द कळतात; पण मूठभर

लोकांच्या सांस्कृतिक जाणिवेचे दडपण त्यांच्यावर एवढे नकळत लादलेले असते की, या शब्दांच्या उच्चाराबरोबरच त्या अवतीभोवती पाहू लागतात. या शब्दांची जाहीर वाच्यता करण्यास त्यांना लाज वाटते. यांचा आहार, रीतीरिवाज, संस्कार, भाषा, शिव्या हे उघड करणे म्हणजे स्वतःची- जातीची बदनामी केल्यासारखे वाटते. खरे म्हणजे त्यांना यात लाज वाटण्यासारखे काय आहे? लाज वाटायचीच तर ज्यांनी त्यांच्यावर हे गुहाजीवन लादले, त्यांनाच वाटायला हवी. मध्यंतरी एका नवोदित दलित तरुणाच्या कथेचे हस्तलिखित वाचावयास मिळाले. त्यांने लिहिले होते, 'माळयावर चढलो, सतार काढली आणि अंगणात वाजवायला बसलो' मी विचारले, 'अरे ही मध्येच सतार कोठून आली; तुला तुणतुणं म्हणायचं होतं का?' तो ओशाळला. आपल्या मनातले याने कसे ओळखले, याचेही त्याला नवल वाटले. नुकताच तो विद्यापीठातून मराठी घेऊन एम. ए. झाला होता. साहित्यात तुणतुणे कसे लिहायचे, याचे त्याच्या मनावर कमालीचे दडपण होते. त्याच्या अस्सल कलाजाणिवा कोण बरे नासवतो?

◆

आकडे

गेले सात-आठ दिवस आकडे सतावतात. सारखा पिच्छा पुरवतात; काळजात घुसायला बघतात. आकडे म्हटले म्हणजे कुणाला काय वाटेल हे सांगता येत नाही. कुणाला मटक्याचे आकडे आठवतील, कुणाला गणिताचे, तर कुणाला बायकांच्या केसातील आकडे आठवतील! मला मात्र हे आकडे आठवत नाहीत. माझा पिच्छा करणारे आकडे आहेत लोखंडाचे, धारदार सुळ्यासारखे. दाणे बंदरात धान्याची पोती चढवणारे उतरवणारे हमाल तुम्ही पाहिले असतील. ते धान्याच्या पोत्यात आकडे खुपसतात. भळभळ धान्य गळू लागते. तसे हे आकडे मी पाहिलेले. तेही टी.व्ही.वर 'मुलखावेगळी माणसे' या कार्यक्रमात. टी.व्हीवरील असले कार्यक्रम सातत्याने जनजागरण करीत असतात. त्याचाच हा भाग. वास्तवात घडत असलेले हे क्रूर नाट्य पाहताना कमालीची घुसमट होत होती. कॅमेरा कोकणातील एका खेड्यातील वातावरणावर फिरत होता. गावातील एक तरुण निवेदन करीत असतो. कोकण तसा निसर्गसमृद्ध मुलूख. त्याचा कॅलिफोर्निया करावा असा अनेकांचा ध्यास. डोळ्यांचे पारणे फिटेल असा देखणा निसर्ग डोळ्यांपुढून सरकत असतो. पण वरवर हिरवी वनराई दिसावी आणि हिरव्यागार जर्द पानझडीतून हिरव्या विषारी सापाने तुमच्या टाळूचा चावा घ्यावा, तसा एका दृश्याने मी हादरलो. जेथे विपुल निसर्ग असावा, तेथेच दैन्य, दारिद्र्य आणि अंधश्रद्धा पोसल्या जाव्यात याचे इंगित कळू शकले नाही.

हादरा देणारे कोणते बरे दृश्य होते ते? कोकणातील या छोट्याशा गावात दर वर्षी दिवाळीच्या सुमारास अमावास्येला व्याघ्रदेवीची जत्रा भरते. गावात व्याघ्रदेवीचे एक पुरातन देऊळ. देवळाचे वैशिष्ट्य सांगितले जाते की, देवळाला

अढे नाही. देवळाच्या बांधकामात चूक किंवा खिळा, लोखंडी तुळई इ. वापरली गेली नाही. दगडावर दगड रचून एखाद्या घुमटासारखे हे देऊळ बांधले आहे. जागृत देवस्थान म्हणून सांगितले गेलेले. पुण्या-मुंबईकडील भोवतालच्या पंचक्रोशीतून नवस फेडावयाला मंडळी येतात. नवस मात्र काळीज गोठवणारा. देवळापुढील खुल्या पटांगणात एक उंचच उंच लाकडी सांगाडा उभा केलेला. त्याची रचना खालीवर जाणाऱ्या रहाटगाड्यासारखी नाही, तर गोल गोल फिरणाऱ्या चक्रासारखी. क्रेनचा लोखंडी हूक अधांतरी आकाशात लोंबकळावा तसा. एका बाजूने नवस फेडणारा भक्त लोंबकळत असतो. त्यापूर्वी त्याच्या पाठीच्या मणक्याजवळची सुरकुतलेली कातडी ढोल ताणावा तशी ताणली जाते आणि त्या कातडीत लोखंडी आकडे खोचलेले. या आकड्याच्या साह्याने कुबड निघालेला माणूस चक्राकार गरगर फिरतो आहे. त्याच्या हाती घंटी. डोळे केविलवाणे. भोवताली जत्रेला जमलेले हौसे-गवसे-नवसे यांची गर्दी. सोबतीला कर्णकटू संगीत. असा अघोरी नवस करणारा कुणी भेटलाच नाही तर देवी कोपायची, जगबुडी व्हायची म्हणून की काय, गावकऱ्यांनी त्याची तजवीज आधीच करून ठेवलेली. काही मानकऱ्यांनी घराणी निर्माण केलीत. त्यांचा नवस फेडण्याचा मान पहिला. खापरपणजोबा-आजोबापासून असेच चालत आलेले. नव्या पिढीत हे नाकारण्याचे धाडस नाही. गावात पाचशे वर्षांपूर्वीचा ताम्रपट सापडलेला. त्यात या परंपरेचा गौरवाने उल्लेख केलेला. समजा, एखाद्याने देवीला नवस केला आणि मणक्यात ओवण्याचे धाडस झाले नाही, तर हे काम पैसे मोजून करता येते. नवस फेडणारी अशी कामाठी माणसे तेथे सहज उपलब्ध होतात. पुण्य मात्र पैसे मोजणाऱ्याच्या पदरी पडते. आहे की नाही कमाल!

निवेदक सांगत असतो- एका कलेक्टराला वाटले, की ही दुष्ट रुढी आहे; बंद करायला हवी. कलेक्टर गावात येतो आणि काय चमत्कार! देवी साहेबाच्या स्वप्नात जाते. त्याला आपल्या कार्यापासून परावृत्त करते. धन्य ती देवी!

हे सारे पाहत असताना मात्र मनात विचारांचा कल्लोळ उठतो. ही जागती ज्योत अष्टभुजावाली देवी साऱ्या हातात लखलखीत युद्धाची हत्यारे, जीभ काढलेली, त्यातून रक्त ठिबकते आहे, डोळे इंगळासारखे पेटलेले. भक्ताला सक्तीने लोखंडी आकडे टोचणारी देवी मात्र आपल्या स्वतःच्या देवळाला भिंतींना-लाकडी दरवाजाला साधा खिळा मारू देत नाही. निर्जीव वस्तूंची काळजी घेते. मात्र भक्तांच्या देहात आकडे टोचले म्हणजे या क्रूर खेळाचा तिला आनंद होतो. भक्ताला पावते म्हणजे नेमकी काय करते? भोवतालच्या जीवनात तेथील सर्वसामान्य माणसाच्या दुःखात काडीएवढा फरक नाही. पावते म्हणजे आपल्या कच्छपी लावते! यालाच धर्म म्हणतात काय? आजवर अनेक पिढ्या या क्रूर खेळाने बरबाद झाल्या. म्हातारी

खोडे आता भजनी लागलीत. म्हातारी मरते याचं दुःख नाही; पण काळ सोकावतो त्याचे काय?

खरे दुःख झाले ते वेगळेच. त्याच गावातला नुकताच मिसरूड फुटलेला-तारुण्याच्या उंबरठयावर असलेला, ज्याच्या डोक्यात नव्या जीवनाची आव्हाने हवीत, तो शिकलासवरलेला तरुण जेव्हा त्याच्या व्याघ्रदेवीच्या भजनी लागलेला पाहिला, तेव्हा मी थक्क झालो. देवी कोपेल म्हणून तो भयभीत होतो आहे. त्याला हे सारे पुण्यकर्म वाटते आहे. आपण आपली परंपरा सांभाळत आहोत म्हणून अभिमान वाटतो आहे. ज्या देशात पद्धतशीरपणे अशी तरुणांची नासाडी उघड्या डोळ्यांनी होऊ शकते, त्या देशाला पुढे काही भवितव्य आहे, असे कुठल्या तोंडाने आपण म्हणणार? ब्रिटिशांच्या काळात केवळ कायदा करून सतीसारखी क्रूर चाल बंद होऊ शकते. आपल्या तेहत्तीस कोटी देवांना काही डलहौसीच्या स्वप्नात जाण्याचे धाडस झाले नाही; पण आपण मात्र स्वातंत्र्यानंतरच्या पाव शतकातही अंधश्रद्धा उरी जोपासतोच आहे.

धर्मसत्तेचे हे आकडे प्रकट तरी दिसतात. पण काही अदृश्य आकडेही आपला मेंदू पोखरीत असतात. नाहीतर प्रभादेवीजवळील सिद्धिविनायकाकडे सुशिक्षित तरुण स्त्री-पुरुषांची एवढी रांग लागली नसती. त्यांच्याही मेंदूला हा धर्माचा आकडा टोचलेला. शाळा-कॉलेजातच या धर्मजाणिवेला नकळत खतपाणी घातले जाते. दैनंदिन जीवनात भाकडकथांचे खारट पाणी जाते. माझी नऊ-दहा वर्षांची मुलगी शाळेतून एकदा घरी आली आणि येताच हमसून हमसून रडू लागली. मला कळेना, ती का रडते म्हणून. तिला जेव्हा बोलती केली तेव्हा ती रडतच सांगू लागली. वर्गात बाईंनी गोष्ट सांगितलेली असते. गोष्ट असते चांगुणा आणि चिलयाची. चांगुणाच्या घरी ब्रह्मा-विष्णू-महेश जेवायला येणार असतात. देवांना चांगुणेच्या मुलाचे कोवळे मांस हवे असते. चांगुणा उखळात चिलयाचे डोके कुटीत असते. कुटताना 'रडू नकोस' हा देवांचा आदेश असतो. माझ्या मुलीचा प्रश्न असतो, 'दादा, देव खरंच का एवढे दुष्ट असतात?' माझ्या नाकातोंडात पाणी गेलेले असते. रक्ताने तोंड माखलेले. 'दत्तगुरू' मला दिसतात. माझ्याही मुलीच्या देहात हे आकडे घुसतात की काय, म्हणून मी कावराबावरा झालेला दिसतो.

◆

गरिबी हटाव

दलित समाजात एखादी संस्था निघणे, ही गोष्ट आता फारशी नवलाची राहिली नाही. उलट संस्थात्मक राजकारण करणे, घटनेच्या कलमांचा कीस पाडणे आणि संस्थात्मक पत्रावळी जपून ठेवणे, 'गाजराची पुंगी वाजली तर वाजली; नाहीतर मोडून खाल्ली,' अशी अवकळा अलीकडे दलितातील संस्थात्मक राजकारणाला आली आहे. हे सारे या वेळी आठवायचे कारण म्हणजे, माझ्या आजवरच्या मताला छेद देणारी अशी एक नवीन संस्था उदयाला येत आहे आणि तीही भारतीय पातळीवर. गेल्या पाच वर्षांपासून महाराष्ट्रात ही संस्था काम करीत असून, त्याची मराठी पत्रकार सृष्टीला जाणीव नसावी, याचे नवल वाटते. संस्थेचे नाव आहे 'बामसेफ'. अर्थात 'बामसेफ' म्हटल्यामुळे पुरेसा अर्थबोध होत नाही. 'बॅकवर्ड ॲन्ड मायनॉरिटी कम्युनिटीज एम्लॉइज फेडरेशन असा लांबच लांब अर्थ या 'बामसेफ' मध्ये दडलेला. दलित संघटनेला असे इंग्रजी नाव का बरे, असा कुणी प्रश्न सहज विचारील; पण प्रांताप्रांतातील भिन्न भाषेमुळे आज तरी त्यांना इंग्रजी जवळची वाटते, हे आपल्या देशाचे दुर्दैव आहे. या संस्थेच्या वतीने नुकतेच गुजरात आणि महाराष्ट्र येथील केंद्रीय नोकरांच्या प्रतिनिधींचा नासिक येथे मेळावा पार पडला. सर्व देशभर या संस्थेचे पाच लाख सभासद आहेत असे समजते. राजकारणाविरहित दलित समाजातील सांस्कृतिक, सामाजिक आणि आर्थिक प्रश्नांचा पाठपुरावा करणे, हे या संस्थेचे ध्येय आहे. फुले आणि आंबेडकरांच्या तत्त्वज्ञानाचा ही संस्था पाठपुरावा करीत असते. महाराष्ट्राच्या दलितांच्या चळवळीत किंवा बौद्धांच्या फळीत मातंग, चांभार किंवा आदिवासी औषधाला सापडत नाही. पण या संस्थेत दलितातील सर्वच जाती- आदिवासी यांतील कार्यकर्ते खांद्याला खांदा लावून काम करताना दिसले. उत्तर भारतीय काशीराम हे या संस्थेचे अध्यक्ष आहेत. भारतीय पातळीवर या संस्थेचा

दबदबा म्हणून की काय, प्रतिगामी संघटनेने अशाच नावाची दलितेतरांची वेगळी संघटना काढली आहे. फक्त नावामागे non (नॉन) असा शब्दप्रयोग केला आहे. दलितांनी सरकारी नोकरीत जेथे जेथे प्रमोशन मिळते, तेथे त्यांनी कायदेशीर अडथळा निर्माण करणे- कोर्टातून स्टे मिळवणे, हे उद्योग चालू आहेत आणि या कामाकरिता दोन कोटी रुपयांची गंगाजळी जमविली आहे, असेही समजते.

खरे म्हणजे सांगावयाचे होते दुसरेच. थोडेफार विषयांतर झाले. तर काय सांगत होतो- हं, बामसेफ! या संघटनेच्या वतीने नासिक येथे जो मेळावा भरला होता, तेथे जाण्याचा योग आला. मेळाव्यात दलित साहित्यावर एक परिसंवाद होता. विषय होता, 'दलित साहित्य : वाटा-वळणे-मर्यादा आणि अपेक्षा.' याच वेळी संस्थेच्या वतीने 'श्रमिक साहित्य' नावाच्या मासिकाचे उद्घाटन झाले होते. संस्थेचा अंक चाळत असताना त्यात प्रसिद्ध झालेल्या बेन काल्डवेल या निग्रो लेखकाच्या भाषांतरित एकांकिकेने मला चांगलाच चटका लावला. एकांकिकेचे नाव होते- 'ऑपरेशन गरिबी हटाव' आणि अनुवाद केला होता. प्रा. या. वा. वडस्कर यांनी. एकांकीच्या सुरवाती सुरवातीला नोंदलेले पोलीस अधिकारी आणि समुदायाचा आवाज. रात्रीची वेळ. स्थळ हार्लेम पथ क्र.....

दुकाने बंद आहेत. अराजदर्शक कानठळ्या बसविणाऱ्या घोषणा देत कृष्णवर्णीयांचा समुदाय पुढेपुढे सरकतो आहे.

सशस्त्र निग्रो जमाव व सुसज्ज गोरे पोलीस त्यांच्यात जो हिंसक सामना व्हायचा आहे, त्याची ही पूर्वतयारी. बंदूकीच्या गोळ्यांपासून संरक्षण करणाऱ्या फायबर ग्लासच्या नखशिखांत पोषाखात पोलिस अधिकारी. जमावातून सटासट गोळ्या सुटतात; अधिकारी बेफिकीर. माईकवरून सूचना दिल्या जातात.

पोलिस अधिकारी : 'लक्षात ठेवा. कुठलीही परिस्थिती काबूत आणण्याचे सामर्थ्य आहे. आमच्या हातून तुमच्यापैकी कुणाला इजा व्हावी अथवा कुणाचा मृत्यू व्हावा, अशी आमची मुळीच इच्छा नाही. तुम्ही आपली शस्त्रं ताबडतोब स्वाधीन करा आणि घरी जा. सगळं काही ठीक होऊन जाईल.'

अचानक पोलीस हेलिकॉप्टर आकाशात घिरट्या मारू लागते. सगळे जण वर पाहू लागतात. समुदायातून जोरदार आवाज. 'साले खोटारडे, मादरचोद! आमच्या पंधरा वर्षांच्या कोवळ्या, भोळ्या पोराला मारलं. साले हो- आम्ही काय मरायला भितो असं वाटते का बे तुम्हास? एक तर तुमचं रक्त पिऊ, नाहीतर स्वतः मरून जाऊ. गोळ्या चालवा, नाहीतर बॉंब टाका; आम्ही आता काही थांबावयास तयार नाही. मादरचोदांनो, तुमचा निकाल लावू तेव्हाच थांबू.'

साऱ्या एकांकिकेत गोरे पोलिस व निग्रो संतप्त जमाव यांची संवादाची धुमचक्री अशीच चाललेली. समुदाय हळूहळू हल्ल्याच्या आविर्भावात पुढे सरकू लागतो.

नवीन आलेली पोलीस व्हॅन आता पुढे सरसावते. समुदायाच्या बाजूची तिची सरकती दारे उघडली जातात. तोफेच्या तोंडासारखे काहीतरी आता दिसू लागते. समुदाय आता जादा आक्रमक. तोफा उडविल्या जातात. कानठळ्या बसविणारा जोरदार आवाज. समुदायात भयकंपित किंकाळ्या. ज्या वेळी तोफेचा स्फोट होतो, नेमक्या त्याच वेळी भोवतालच्या सर्व दुकानामधले दिवे लागलेले. निऑन प्रकाशात रस्ता झगमगू लागतो. तोफेने प्रक्षेपित केलेल्या वस्तू दिसू लागतात. काय असते ते? नोटा-! चोहो बाजूंनी नोटा उडू लागतात. स्फोटांमुळे कुणीच जखमी नाही. नोटा मात्र खूप उडतात. लाखोंच्या, करोडोंच्या... पुन्हा स्फोट होतो. नोटा उडविल्या जातात. आता दृश्य बदलते. लढणारा कृष्णवर्णीय समुदाय आता नोटा गोळा करतो आहे. एकमेकांना तुडवत.. बेभान होत. लोक आता जिवाच्या आकांताने नोटा गोळा करू लागतात. खिसे भरतात, पिशव्या भरतात. शस्त्रे फेकून देतात. हे 'स्वातंत्र्य' घेऊन ते आता दुकानाकडे धाव घेतात.. जिवाची चैन करण्यासाठी. गोरे पोलीस चेष्टेने हसत उभे आहेत. गर्भातच गारद झालेल्या या क्रांतीच्या दर्शनाने त्यांची चांगलीच करमणूक होते.

या एकांकिकेवर येथील दलित चळवळीच्या संदर्भात काही भाष्य करावयाची गरज आहे काय? मला नाही तसे वाटत. फक्त फरकच करावासा वाटला तर- लढणारा समुदाय गांगरून उभा आहे...बुजुर्ग आणि तरुण नेते मंडळी पैसा-प्रतिष्ठा गोळा करीत आहेत.

जय दलित क्रांती!

◆

गोवा

'ज्यानं नाही पाहिलं पुणं, त्याचं काय जिणं?' अशा अर्थाची एक म्हण आहे. पुणे अनेकदा पाहिले, पण याची प्रचिती आली नाही. मुंबईसारखाच बकालपणा आता पुण्याला आलेला आहे. या म्हणीची खरी प्रचिती आली ती गोव्याला. सोळावे गोमंतक साहित्य संमेलन डिचोली येथे भरणार होते. त्या निमित्ताने जाणे झाले. ही माझी दुसरी खेप. पहिल्यांदा गेलो तेव्हा एखाद्या स्वप्नभूमीत जावे तसे तरल, रोमँटिक गोवा वाटले. दुसऱ्यांदा गेलो त्या वेळी थोडा सावध होतो. गोवा तसा देव-देवळांचा, विपुल निसर्गाचा, नारळी-पोफळी बनांचा आणि समुद्राने वेढलेला मुलूख. तेथील माणसांचा ओलावा तसा टीचभरच. तरीपण शहरी, उबलेल्या मनावर थंडगार पाण्याचा शिडकावा कुणी मारावा तसा आल्हाददायक गोवा वाटला. दुसऱ्यांदा गेलो तेव्हा गोव्यातील सामाजिक, राजकीय तणाव ध्यानात आले. हिंदू समाजातील जाती व्यवस्था ख्रिश्चनांतही असावी, त्याचा धक्का बसला. तेथेही व्यक्तीवर सामाजिक बहिष्कार पडू शकतो. राजकारण आपल्यासारखेच जाती-धर्माने बरबटलेले. काकोडकरांना बहुजन समाजाचे नेतृत्व समजतात, तर आज बामणांचे राज्य आले असे बोलले जाते.

या वेळी सोबत बायको होती. दादरला लोकलमध्ये चढतानाच एका भामट्याने तिच्या मंगळसूत्राला हात घातला. मोठ्या शिताफीने तिने ते वाचवले. सुरवातीलाच तिने असा प्रवासाचा धसका घेतलेला. हा मुंबईचा जीवघेणा अनुभव. या पार्श्वभूमीवर गोवा खूपच वेगळा वाटला. गोव्यात तुम्ही कुठेही रात्री-बेरात्री फिरा- तुम्हाला लुबाडण्याचा अथवा फसविण्याचा प्रकार नाही. दुकानदार किंवा रिक्षावाले प्रवासी आहात म्हणून तुमच्या खिशावर डल्ला मारणार नाहीत. आपल्यासारखी तेथे ट्रान्सपोर्ट सरकारच्या मालकीची नाही. खासगी मालकाच्या मोटारी धावतात. मुंबई-पुण्यापेक्षा प्रवास तसा खूपच स्वस्त. लहान मुलांचे अर्धेसुद्धा तिकीट नाही. आपल्या

जवळच्या बॅगा ड्रायव्हरजवळच्या मोकळ्या जागेत ठेवायच्या. केव्हा केव्हा गाडी खच्चून भरलेली. आपण समजा, शेवटच्या बाकावर, आपली बॅग जाते की काय म्हणून धास्तावलेलो. परंतु उतरतो तेव्हा बॅग सुरक्षित पाहून हायसे वाटते.

आपल्याकडे दारूसंबंधी जो चमत्कारीक दृष्टिकोन आहे, तसा मात्र गोव्यात दिसला नाही. तेथे इराणी हॉटेलात मुक्तपणे माणसे दारू पीत बसलेली. माणसे झिंगलेली आहेत, अद्वातद्वा भांडताहेत, असा प्रकार नाही. कुणी झिंगलेला की कुणी भांडणारा दिसला तर, तो खुशाल प्रवासी समजावा. काही दुकानांत तर गोवानीज पोरी गिऱ्हाइकांना दारू देत असलेल्या.

दारूच्या संदर्भात तेथे मी जी शान पाहिली, ती पाहून मग वाटू लागले, कुठल्याही गोष्टीची माणसावर बंधने घातली गेली म्हणजे त्याच्या सर्व वागण्यात एक चोरटेपणा येतो, विकृती येते. आपल्याकडे दारूचे अड्डे, गटारात सडलेला माल, त्यामुळे अनेकांच्या जीवनाची झालेली वाताहत या सर्व गोष्टींच्या मागे नकळत आपल्या समाजाचा- शासनाचा दारूकडे पाहण्यात विकृत दृष्टिकोन आहे. यामुळे दारूबंदीच्या कायद्याचे भजे कसे होऊ शकते, हे येथे पाहावयास मिळते.

गोवा तसा भौतिक दृष्टीने, सर्व अंगांनी समृद्ध आहे असे वाटले नाही. पणजी ही तर राजधानी. पोर्तुगीज राजवटीपासून एखादी परदेशी नगरी पाहावी अशी अलिशान, तर वास्कोत शिरताना एखाद्या जुन्या राजवाड्यात शिरावे तसा सन्नाटा. आपल्याच पावलांचा आवाज स्वतःला ऐकू यावा एवढी शांतता. तरी पणजी वास्कोच्या विरुद्ध दिशेला. म्हापसा डिचोली हा भाग तसा दगडाच्या देशा अशा महाराष्ट्राला खूपसा परिचित. तेथील सामान्य माणसाचे कष्टांचे जिणे आधीच्या पणजी-वॉस्कोच्या पार्श्वभूमीवर कमालीचे अस्वस्थ करीत असते. एक गोष्ट मात्र सर्वत्र जाणवली, की मराठी भाषा ही तेथे परकी वाटली नाही. दुकानदारही चांगली मराठी बोलत आणि मग वाटते, येथे कोकणी-मराठी वाद का बरे रंगला? या पाठीमागे राजकारण तर नसावे ना, अशी शंका आली.

कोकणी-मराठी वादामुळेच डिचोली येथे भरलेल्या सोळाव्या गोमंतक साहित्य संमेलनाला आगळेच महत्त्व होते. डिचोली हे तसे लहानसे गाव. या गावाने साहित्य संमेलन घडवावे, मुंबई-पुण्याकडे असतो तसा मंडप सजवावा, तीन दिवस कार्यक्रमांची अखंड रेलचेल ठेवावी, हे तसे धाडसाचे काम. सभागृहात सतत दोन-तीन हजारांचा प्रेक्षक असावा आणि न कंटाळता कार्यक्रमाला दाद द्यावी, हाही नवा अनुभव. तीन परिसंवाद, कथाकथन, काव्यवाचन, एकांकिका, भीमसेन जोशींचे गाणे, सुचेता भिडेंचे नृत्य, असे विविध कार्यक्रम होते. श्री. ना. ग. गोरे यांच्या अध्यक्षतेखाली झालेला परिसंवाद कमालीचा रंगला. विषय होता- 'साहित्याने समाजपरिवर्तन होते काय?'

या संमेलनात विशेष स्पर्श करून गेलेला कार्यक्रम म्हणजे 'आनंद भूपाळी'. गोमंतकी कवींच्या नादमधुर कवितांवर आधारलेला हा कार्यक्रम. गोव्यातील नामवंत गायक आणि संगीत कलाकार यांनी हा कार्यक्रम सादर केला. प्राचीन संतकवीपासून ते शंकर रामाणी, बोरकर तर अलीकडचे नरेंद्र बोडके यांच्या कविता गायल्या गेल्या. 'घनश्याम सुंदरा' ही भूपाळी आपण होनाजी बाळाची समजत असतो. पण होनाजीच्या पूर्वी होऊन गेलले डिचोलीचे कवी विठ्ठल केरीकर यांची ही मुळातली रचना आहे, ही नवी माहिती समजली. हे होनाजीचे वाङ्मयचौर्य समजायचे काय? भूपाळीत कानामात्रेचा फरक नाही. गोव्यातले कवी बोरकर यांची संमेलनात अनुपस्थिती जाणवली. कुणी कुजबुजतात की, बोरकर हे कोकणीचे पुरस्कर्ते असल्याने, ते या संमेलनास आले नाहीत. मराठी मुलखात बोरकरांचा राबता पाहिलेला; पण गोव्याच्याच मराठी साहित्य संमेलनास त्यांनी येऊ नये, याचे नवल वाटले.

साहित्य संमेलनाचे अध्यक्ष महादेवशास्त्री जोशी यांनी आपल्या भाषणात कोकणी-मराठी वादाचा उल्लेख केला. ते म्हणाले की मराठीप्रेमी आणि कोकणीप्रेमी या दोघांनीही हट्टाग्रही भूमिका सोडून देऊन आपले प्रश्न सामोपचाराने सोडविले पाहिजेत; नाहीतर इंग्रजी वरचढ होईल आणि या दोन्ही भाषांतून शिक्षण घेणाऱ्यांचे अतोनात नुकसान होईल. त्याबरोबर ते असेही म्हणाले की, गोव्यातील कित्येक राजकारणी पुरुषांच्या मनात गोव्याच्या घटकराज्याची स्वप्ने तरळू लागली आहेत. ही स्वप्ने प्रत्यक्षात आणण्याचे प्रयत्नही सुरू झाल्याचे ऐकतो. घटकराज्य व्हायला माझा विरोध नाही; मात्र गोमंतकाचे घटकराज्य व्हायचे असेल तर, ते टीचभर गोव्याचे न होता, विशाल गोमंतक व्हावे. विशाल गोमंतकात बेळगाव, कारवार इ. भाग अभिप्रेत आहे.

एकंदरीत वर वर शांत दिसणारा गोवा आतल्या आत खदखदत आहे. केव्हा ज्वालामुखीचा उद्रेक होईल, हे सांगता येत नाही. गोव्यातील अनेक राजकीय, सांस्कृतिक ठरावांबरोबरच मराठवाडा विद्यापीठाला डॉ. आंबेडकरांचे नाव देण्याचा ठराव पास करून योग्य ते पाऊल उचलले, त्याबद्दल धन्यवाद द्यावेत तेवढे थोडेच.

◆

'अलवरा डाकू'

'**अ**लवरा डाकू' या नाटकाचा बाज तसा लोककलेतील ढंगातला. मदारी, नंदीबैलवाला, गोंधळी, पोतराज, डोंबारी, माकडवाला इत्यादी लोककलेचा नाटकात चपखलपणे वापर केलेला. पण केवळ लोककलेचे दर्शन घडवावे एवढाच काही हेतू या नाटकात नाही. नाटकाच्या कथाविश्वाशी हे सर्वच फॉर्म एकरूप झाल आहेत. नाटक पुढे सरकते ते या माध्यमातून. तमाशात जसा सोंगाड्या असतो तसे. तो तर हरहुन्नरी- साऱ्या तमाशाचे बेअरिंग यांच्या हाती. वेळ आली तर राजालाही हंटरने झोडपण्यास कमी करीत नाहीत. तसाच या नाटकात 'मदारी' हा सूत्रधार. तो तुम्हाला विचार करायला लावतो. 'अलवरा डाकू'ने भारतीय राजकारणावर कोरडे ओढले आहेत आणि तेही उपहास, मिस्कीलपणा, तर केव्हा केव्हा प्रतिमांचा वापर करून. हे पाहिले म्हणजे नाटककाराच्या प्रगल्भ जाणिवेचे कौतुक करावेसे वाटते. हे नाटक कुठेही प्रचारी, शब्दबंबाळ किंवा आक्रस्ताळे वाटत नाही. बर्फावर सुरी फिरवत जावी तेवढ्याच थंडपणे नाटकातले संवाद काळजात घुसत असतात. 'अलवरा डाकू' ही नाटकात जरी एक व्यक्तिरेखा असली तरी ती एक भीषण प्रवृत्ती म्हणूनच पाहावी लागेल. नाटकाची सुरवात होते तीच मुळी मदाऱ्याच्या खेळाने. रस्त्यावर किंवा गल्लीबोळात एका हाताने डमरू आणि दुसऱ्या हाताने बासरी वाजविणारा मदारी, हे दृश्य तसे परिचयाचे. त्याच्यासमोर डोळ्याला पट्टी बांधलेला माणूस झोपलेला. मदारी प्रश्न विचारतो आणि झोपलेला माणूस बिनचूक पाठ केल्यासारखी उत्तरे देतो, असे दृश्य. पण नाटकातील प्रश्न गमतीदार असतात. सत्तेच्या खुर्चीची या खेळातून निर्मिती होते. ही खुर्ची तशी अचानक स्टेजवर येत नाही. या ठिकाणी वेगवेगळ्या ज्या लोककला आहेत, त्यांतील स्त्री-पुरुष नाचत बागडत खुर्चीचे अवशेष आणतात. सूत्रधार खुर्चीचे वर्णन करीत असतो. खुर्ची तशी

एका झाडाच्या लाकडापासून तयार केली जात नाही आणि मग जाणकार श्रोत्यांपुढे दिल्लीला सत्तेचा जो क्रूर खेळ चाललाय, त्याचे दर्शन होऊ लागते. पहिले स्वातंत्र्य, आणीबाणी, त्यानंतर उगवलेले तथाकथित दुसरे स्वातंत्र्य, हे सारे मग आठवू लागते. अशा वेळी लेखकाने काही प्रतिमांचा बहारदार वापर केला आहे. डोक्यावर भले मोठे बेगडी सफरचंद घेऊन माणसांचा जथा लेजीम-ढोल वाजवीत, गुलाल उधळीत स्टेजवर येतो. 'सफरचंद घ्या, सफरचंद' - हे त्यांच्या गाण्याचे पालुपद असते. मिरवणुकीपुढे हातात सफरचंद (खरेखुरे) घेऊन पुढारी चाललेला असतो. अशा वेळी रस्त्यात एक माकडीण बसलेली असते. ही माकडीण सूत्रधाराशी मधूनमधून बोलतही असते. तिचा आदम सफरचंदाच्या शोधात गेलेला असतो. ती माकडीण दुसरी-तिसरी कोणी नसून, दलित समाजाचे प्रतीक आहे, याची श्रोत्यांना जाणीव होते. मिरवणुकीतला सारा जथा तिच्याकडे पाहून हसतो. 'ही रस्त्यात बसलेली कोण,' म्हणून ही ही करीत प्रश्न विचारतात. सूत्रधार त्यांना सांगत असतो- 'तुम्ही प्रगतीचे खड्डे खोदत पुढे गेलात आणि मागून येणारी ही या खड्ड्यात पडली. ही तशी नाही; कोट्यवधी लोक असे खड्ड्यात खितपत पडलेत. माकडीण जेव्हा सफरचंदाकडे आशाळभूतपणे पाहू लागली, तेव्हा जथा पुन्हा खदखदा हसायला लागला. 'तुला कशाला हवे सफरचंद? तू शेंगा खा, झाडपाला खा.' म्हणून तिला हिणवत सफरचंद घेऊन मिरवणूक पुढे सरकली. नाटकात विरोधी पक्षाचा नेता कुबडी घेतलेला दाखवला आहे. तो सांगत असतो : हे बनावट सफरचंद आहे. आम्ही खरेखुरे सफरचंद आणून देणार आहोत. पण त्याकरिता आम्हालाही खुर्ची हवी. नाटकात सत्ताधीशाची टोपी पांढरी दाखवली आहे आणि विरोधी पार्टीच्या नेत्याच्या टोपीवर भगवे, हिरवे, लाल, निळे असे तुकडे जोडलेले असतात. यावर निराळे भाष्य करावे लागत नाही. डोंबाऱ्याच्या खेळात दोन कसरती करणारी माणसे खेळ करीत असतात. सत्ताधीश कोलांट्याउड्या मारत असतो. पण विरोधी पार्टीच्या नेत्याला कोलांट्याउड्या मारता येत नाहीत; पण सारखे वाटत असते की आज ना उद्या हाही सत्ताधीशासारखाच कोलांट्याउड्या मारण्यात तरबेज होईल. सूत्रधार त्यांना खेळ थांबवावयास सांगत असतो; पण ते सूत्रधाराचे ऐकत नाहीत. तेव्हा सूत्रधार म्हणतो, 'शिवाजी महाराज म्हणतात थांबा.' हे ऐकतात. लगेच ते खेळ थांबवितात. शिवाजीच्या जागी महात्मा गांधी, जयप्रकाश नारायण, डॉ. बाबासाहेब आंबेडकर, गोळवलकर गुरुजी अशीही नावे येऊ शकतात. फक्त खेळाडू कोणते आहेत, यावर नाव ठरविले जावे.

नाटकाला खरी रंगत येते ती 'अलवरा डाकू' या पात्राची निर्मिती झाल्यावर. दर पाच वर्षांनी निवडणूक येत असते (आता तर ती मध्येच उपटलीय) . सत्ताधीश आणि विरोधी पार्टीचे नेते यांची सत्तेकरिता रस्सीखेच सुरू होते. अशा वेळी अलवरा

डाकू हा आपल्याच हाती राहावा, विरोधी पार्टीवाल्याकडे जाऊ नये म्हणून सत्ताधीश जिवाचे रान करतो. 'अलवरा डाकूला शोधून काढा' असे फर्मान सुटते. अलवरा डाकूला पोसण्याचे सामर्थ्य तसे विरोधी मंडळींकडे नसते. अलवराचा शोध घेतला जातो आणि अलवरा निर्माण होतो तो श्रोत्यातून- म्हणजे जनसामान्यातून. नाटकातील एक पात्र श्रोत्यातच बसलेले असते. मदारी जेव्हा सांगतो की 'तूच अलवरा डाकू आहेस' म्हणून तेव्हा तो बिचारा भीतीने गर्भगळीत झालेला. शेवटी त्याला हिप्नोटाईज करून मंचावर आणले जाते आणि बघता बघता एक हिंस्र ताकद निर्माण होते. हा अलवरा स्टेजवर गावरान भाषेत बोलत असतो. सत्ता पाठीमागे असल्यामुळे गावेची गावे त्याच्या हुकमतीखाली येतात. पण बाहेर आक्रमक असलेला अलवरा सत्तेपाशी गोगलगाय असतो. पोरीबाळी नासवतो; उन्मत्त होतो. सत्ता याच्याकडे कानाडोळा करते. तो उन्मत होऊन विचारतो, 'आमचा नजराणा आणला काय?' *'खालच्या जातीची पोर आणलीय,'* म्हणून तो सांगतो. *'तुम्हाला माहीत आहे ना, की मी खालच्या जातीच्या पोरीला शिवत नसतो,'* त्यावर सांगितले जाते *'वरच्या जातीतल्या साऱ्याच पोरी तुमच्या हाताखालून गेल्यात; आता फक्त मंत्र्यांच्या पोरी बाकी उरल्यात. तिथवर आमचे हात पोचत नाहीत,'* आणि मग अलवरा नाइलाजास्तव खालच्या जातीच्या पोरीचा स्वीकार करण्याचे ठरवतो.

माकडीण किंवा इव्ह झालेली स्त्री-व्यक्तिरेखा ही अलवरा डाकूचा नजराणा म्हणून पुढे येते. सत्तेच्या दारातील कुत्री तिला पळवून आणतात. अलवरा डाकू नाही म्हटला तरी माणूसच असतो. खालच्या पोरीवर तो आक्रमण करीत नाही, तर तिच्या प्रेमात पडतो. तो तिच्याभोवती रुंजी घालू लागतो. पण खालच्या जातीची ही पोर विद्रोही असते. वाटेल ते भौतिक सुख अलवरा तिला द्यायला तयार होतो. पण ती सांगते की, वरच्या जातीत जन्माला येणाऱ्यालाच ही सुखे मिळत असतात. सत्तेच्या साखळीत आमची माणसे कड्यासारखी मेंगळट झालीत. तूही त्यातलाच म्हणते. नाटकाच्या शेवटी ती विद्रोही पवित्रा घेते आणि अलवरा डाकूला जमीनदोस्त करते.

◆

अभिमन्यू अनत

मॉरिशसचे लेखक अभिमन्यू अनत यांची मध्यंतरी भेट झाली. सारिकेत क्रमशः प्रसिद्ध होणारी 'लाल पसिना' नावाची त्यांची कादंबरी पूर्वी मी वाचली होती. त्यांच्या कादंबरीचे कथानक मॉरिशस बेटावर घडत असले तरी त्यातील सामाजिक वास्तव, अमानुषतेची क्रूर उतरंड भारतीय संदर्भातही लागू पडत होती. शंभर-दीडशे वर्षांपूर्वी ब्रिटिश कारखानदार भारतातील काही मजुरांची कुटुंबे बोटीने घेऊन गेले. त्यांत काही कुटुंबे महाराष्ट्रातीलही होती. मॉरिशसमध्ये मुबलक सोने मिळते, हे प्रलोभन भारतीय मजुरांना दाखवले गेले; पण वस्तुस्थिती वेगळी होती. मॉरिशसमधील पडीक जमीन लागवडीखाली आणायची होती. ऊस पिकवायचा होता. भारतीय मजुरांच्या श्रमांवर तिथले ब्रिटिश मालक गब्बर झाले. आपण फसवले गेलो याची तीव्र जाणीव तेथल्या मजुरांना होते. हे मजूर संघटित होऊन गोऱ्या मालकांविरुद्ध विद्रोह पुकारतात. अभिमन्यू अनत हे या विद्रोहाला, तिथल्या सामान्य माणसाच्या दुःखाला 'लाल पसीना' या कादंबरीत शब्दबद्ध करतात. चर्चेला सुरवात 'लाल पसीना' या कादंबरीच्या विषयानेच झाली. अभिमन्यू अनत हे हिंदीत अस्खलित बोलतात. त्यांना फॉरिनर कसे म्हणावे, हा प्रश्नच आहे. मी त्यांना विचारीत असतो, 'आपल्या लेखनात निसर्गाचे चित्रण येत नाही, याची कारणे सांगाल काय?'यावर ते उत्तरतात, "मॉरिशस तसा खूपच निसर्गरमणीय प्रदेश आहे. त्याच्या चोहोबाजूंनी समुद्र. भारतातील काश्मीर ते कन्याकुमारी यांतील निसर्गाची विविध रूपे मॉरिशसमध्ये पाहायला मिळतील. पण या निसर्गाकडे तरलपणे पाहावे, अशी मानसिकता मॉरिशसमध्ये मिळू शकत नाही. आमचा देश स्वतंत्र असला तरी फ्रेंच आणि चीन यांच्या संस्कृतीने आमच्या सर्वच जीवनावर आक्रमण केले आहे."

'राज्य आता त्यांच्यात नसेल?' या प्रश्नावर ते उदास हसले. म्हणाले,

"तुमच्या प्रश्नाचा रोख समजला. मॉरिशसमध्ये गेलेली कुटुंबे ही तशी गुलाम म्हणून गेलेली. सर्वांच्या आडनावाचाच पत्ता नाही. त्यामुळे सुरवातीच्या काळात आपण कोणत्या जातीचे याचा अहंकार कोणालाच नव्हता. नाहीतरी ते एकाच नावेत होते. सर्वांची दुःखे सारखी. काही कुटुंबे आपाआपली 'रिचुअल्स' सोबत घेऊन आली होती. पण त्या कर्मकांडाचे व्यवहारात स्तोम नव्हते. प्रांतभाषानिहाय पंचायती होत्या, न्यायनिवाडाही आपसात व्हायचा; सार्वजनिक प्रश्नावर आपण सर्व एक आहोत, ही त्यांची भावना होती. पण मॉरिशस स्वतंत्र झाला आणि भारताशी त्याचे दळणवळण सुरू झाले. आजही सांस्कृतिक दृष्टीने आम्ही तेथे गुलामच आहोत. फ्रेंच आणि चीन यांतील उद्योगपतींनी आमच्या साऱ्याच आर्थिक नाड्या गोठविल्या आहेत. त्यांची मासिके-वर्तमानपत्रे यांची रेलचेल आहे; पण आम्ही तेवढेही करू शकत नाही. स्वतंत्र देशात सांस्कृतिक अंगाने आमचे जे शोषण होते आहे, त्यामुळे तिथला निसर्ग हा आम्हाला आल्हाद कसा देऊ शकेल?"

भारतात आपण अनेकदा येत असतो याची मीमांसा करताना ते म्हणाले की, "नाही म्हटले तरी, भारत ही आमची मातृभूमी आहे. पाश्चिमात्य संस्कृतीतील चित्रपट, नृत्य, पोषाखीपणा यांचे अनुकरण मॉरिशसची तरुण पिढी करते आहे. या संस्कृतीला शह द्यावयाचा तर भारतीय संस्कृतीचे लोण तिथवर नेले पाहिजे. सुरवातीला भारतातील काही चित्रपट आम्ही घेऊन गेलो. पण भारतातील चित्रपट पाहून तेथील तरुण वर्गाने नाके मुरडली. म्हणाले, 'ही काय भारतीय संस्कृती? सेक्स आणि व्हॉयोलन्सच पाहावयाचा असेल तर मग पाश्चिमात्य चित्रपट त्यापेक्षा सरस आहेत, असे त्यांचे मत पडले. आता यापुढे आम्ही असे चित्रपट तिकडे नेत नाही. आम्ही आता भारतातील खेड्यापाड्यांत जाऊन लोकगीते जमवीत असतो. त्यांचे रेकॉर्डिंग करतो; भारतीय मातीत रुजलेल्या या धून तेथील तरुण पिढीलाच शिकवाव्यात, जमले तर तेथील लोकनृत्यात या लोकगीताचा वापर करावा, असेही वाटते. आमची हरवली गेलेली अस्मिता यामुळेच बहुधा जोडली जाईल."

एका प्रश्नामुळे मात्र अभिमन्यू अनत चांगलेच चक्रावले. प्रश्न असा होता, 'मॉरिशसमध्ये शंभर-दीडशे वर्षांपूर्वी भारतातून गेलेली कुटुंबे ही एवढ्या वर्षांनी आता एकरूप झालेली असतील. भारतातील जातिव्यवस्था, त्याचबरोबर भारतातील राजकीय पुढारी मॉरिशसमध्ये जाऊ लागले आणि दुःखाची गोष्ट अशी की, मॉरिशसमधील सर्व भारतीय गुण्यागोविंदाने एकत्रित दिवाळी साजरी करावयाचे, ते आता स्त्रियांची दिवाळी, ब्राह्मणांची दिवाळी अशा वेगवेगळ्या बॅनरखाली दिवाळी साजरी करू लागले आहेत.

अभिमन्यूच्या वक्तव्यामुळे धक्का बसलेला असतो. भारतीय जातिव्यवस्था किती चिवट आहे याची पुन्हा प्रचिती आली. मध्यंतरी एका हिंदू भक्ताशी बोलताना

एक चमत्कारिक अनुभव आला. तो म्हणत होता, 'माणूस जेव्हा जन्माला येतो तेव्हा तो मुळात हिंदू असतो. पुढे त्याला मुस्लिम, बौद्ध किंवा ख्रिश्चन अशी दीक्षा देऊन बनविले जाते. सर्व जगातील लोक हे जन्माला येतात तेव्हा हिंदू असतात.' हे त्याने ठासून सांगितले होते. फक्त त्याला कोणत्या जातीत ढकलावयाचे, हे मात्र तो सांगू शकला नाही.

अभिमन्यू अनत यांचा निरोप घेताना एका प्रश्नाचे मोहोळ मात्र मनात उठले. अभिमन्यू फ्रेंच आणि चीनच्या सांस्कृतिक दडपणामुळे बेचैन दिसले तसे आपल्या मराठीत कितीसे लेखक साहेबी आणि ब्राह्मणी संस्कृतीच्या दडपणामुळे बेचैन आहेत?

◆

ओम गोस्वामी

आपण राष्ट्रीयत्वाच्या नेहमीच गप्पा मारत असतो. पण ‘ जात’ म्हणून अशी वेगवेगळी बेटे आहेत, तशीच भाषेमुळे प्रांतांचीही वेगवेगळी बेटे अस्तित्वात आहेत. त्यामुळे की काय, महाराष्ट्राबाहेरच्या माणसाचा येथे ‘परदेशी’ म्हणून उल्लेख होत असावा. सातासमुद्रापलीकडे असलेले परदेशी लेखक, सार्त्र-कामू आणि त्यांचा अस्तित्ववाद या संदर्भात मराठीत चिक्कार चर्चा ऐकू येते; पण ज्या राष्ट्रीयत्वाच्या धमन्यांनी आपण सर्वत्र जोडले गेलो आहोत, तेथील माणसांना आपल्या प्रांताशेजारच्या लेखक-कलावंतांची व्हावी तेवढी ओळख नसते. तसे पाहिले तर तेथील लेखक-कलावंत आपल्यासारखेच जीवन जगत असतात. त्यांच्या आणि आपल्या दुःखाची जात एकच असते. नाही म्हटले तरी रवींद्रनाथ टागोर, शरच्चंद्र, प्रेमचंद किंवा ज्ञानपीठाचे पारितोषिक मिळालेले अलीकडचे कारंथ अशी पाच-दहा नावे माहीत असतात. पण उगवत्या पिढीतील लेखक नेमके कसे लिहीत असतील, त्यांच्यापुढे कोणती आव्हाने असतील, याची नेमकी कल्पना करता येत नाही. आपल्या साहित्यविषयक जाणिवेसारखाच भारतातील प्रांतातील एखादा लेखक विचार करीत असावा आणि त्यामुळे सुखद धक्का बसावा, असे मध्यंतरी घडले खरे. झाली असतील चार-पाच वर्षे, कालिकत येथे हिंदीतील समांतर मेळाव्यास गेलो होतो. ओम् गोस्वामी नावाचा तिशीच्या आतला तरुण लेखक काश्मीरमधून आला होता. काश्मीरमधील डोंगरी भाषेत तो कथा लिहीत असतो. रंगाने खूपच गोरापान. उंच अंगकाठीचा, त्याच्या एका डोळ्यात टीक पडल्यामुळे तो डोळा अधू असलेला. त्याच्याशी बोलत असताना तो कमालीचा अस्वस्थ असल्याचे जाणवले. सारखा सुरुंगाच्या दारूसारखा उकळत होता. त्याच्याशी बोलत असताना लक्षात येत होते- अरे, याचे आणि आपले प्रश्न किती सारखे आहेत! तो जवळजवळ दलित

जाणिवाच व्यक्त करीत होता. मराठीतील बुजुर्ग लेखकांशी चर्चा करीत असताना हा अनुभव आपणास का बरे आला नाही? आणि मग त्याचे आयुष्य ऐकून याची उत्तरे मिळत गेली. केवळ दलित जातीत जन्माला आल्यामुळे एखाद्या लेखकास दलित जाणिवा व्यक्त करता येतीलच असे नाही हे जसे खरे आहे, तसे उच्च जातीत जन्माला येणाऱ्या लेखकास दलित जाणिवा आपल्या लेखनात व्यक्त करता येणार नाहीत, असेही काही नाही. प्रश्न एवढाच आहे, की तो लेखक किती प्रमाणात डीक्लास होतो, यावरच ठरवावे लागेल. नाही तर ओम् गोस्वामी ब्राह्मण जातीत जन्माला येऊनही त्याच्या जाणिवा या दलित जाणिवाच का बरे वाटाव्यात, याचे उत्तर देता येत नाही. ओम् गोस्वामी बालपणापासून जे वास्तव जगला, त्यामुळे त्याला या जाणिवा व्यक्त करता आल्या.

दुरून डोंगर साजरे, तसे आपणास काश्मीर येथून कमालीचे सुंदर वाटते; पण या निसर्गरमणीय प्रदेशातही कमालीचे दैन्य आहे; झोपडपट्ट्या आहेत; उघडी गटारे आहेत. अशा रौरव नरकातच ओम् गोस्वामी लहानाचा मोठा झाला. सुरवातीला वडील हातगाडीवर भाजी-पाव विकत होते. धंदा जेमतेम चालायचा. शेवटी त्यांनी मटणाचे पदार्थ विकण्यास सुरुवात केली. हातगाडीवर पाटी लावली. 'पं. बलदेवराज गोस्वामी स्वादिष्ट पटेटो चीप्स मीट गुश्ताबा, कोफ्ता कलेजी के निर्माता.' ब्राह्मणाने मांस विकावे त्यामुळे केवढा हाहाकार माजला? धर्माचे ठेकेदार धावून आले. 'मांस विकणे बंद कर; फळे विकत जा. हवे तर आम्ही पैसे देतो.' वडील पैशाला पाहून पाघळले नाहीत. शेवटी धर्ममार्तंड गयावया करू लागले. 'कमीत कमी गोस्वामी शब्द तरी पाटीवरून पुसून काढा,' असे सांगू लागले. पण ते विचलित झाले नाहीत. शेवटी रात्रीच्या वेळी टोळीवाले आले आणि पेट्रोल टाकून त्यांनी दुकान जाळले. वडील विरोध करू लागले तर त्यांना चांगलाच चोप दिला. बरेच दिवस त्यांच्या घरची चूल पेटू शकली नाही. उधार-उसनवारीवर दिवस काढले. ओम् गोस्वामी ही घटना विसरू शकत नाही. त्यामुळे त्याचा आजचा विद्रोह हा वरवरचा नाही. वडील वारले असतानासुद्धा 'डोक्यावरचे केस भादरू नकोस', म्हणून सांगण्याचे धारिष्ट त्यामुळेच ओम् गोस्वामीला येऊ शकले.

त्याचे आजवरचे आयुष्य हे 'मेघ' या दलित जातीतल्या मुलांतच गेले. त्यांच्या घरी जाणे, त्यांच्यात खेळणे, हे ब्राह्मण जातीतल्या लोकांना आवडायचे नाही. तसे त्यांचे घर बहिष्कृतच समजले जायचे. दलित मित्राच्या घरी जाताना मित्राची आई त्याच्या गोऱ्या रंगामुळे 'अमरिकी' म्हणून त्याच्या उल्लेख करायची. त्यांच्या घरात 'ससी' नावाची त्यांची मुलगी होती. त्याचे मन तिच्यावर जडले होते; पण जातीपातीच्या भिंतीमुळे ते एकत्र येऊ शकले नाहीत. एका म्हाताऱ्या चपराशाला तीनशे रुपयांना तिला विकले गेले. ही जखम घेऊन तो आयुष्यभर एकटाच वावरतो आहे.

गेल्या काही वर्षांत ओम् गोस्वामीची तशी भेट नाही. पण त्याचे नाव कुठेही मासिकात दिसले म्हणजे मी त्याचे लेखन अधाशासारखा वाचत असतो. अर्थात आमची भेट हिंदीच्या पुलामुळेच घडू शकते. त्याच्या कथा, या मला माझ्याच कथा वाटतात. काही कथांचा सारांश आजही आठवतोय. दोन महारोगी असतात. एक गोरा आणि दुसरा निग्रो. दोघांनाही शहरातून हुसकावून काढलेले असते. जंगलात झोपडी बांधून ते राहत असतात. दोघेही मरणाच्या पंथाला लागतात; पण गोऱ्या महारोग्याला कातडीचा कमालीचा अंहकार असतो. तो निग्रोला तुच्छ लेखीत असतो. गोरे प्रवासीही गोऱ्या महारोग्याबद्दल जादा अनुकंपा दाखवतात. तशीच त्याची दुसरी कथा आठवते. अस्पृश्य मुलगा आणि सवर्ण मुलगा एकत्र शाळेत शिकत असतात. रहाटगाड्यातून जेव्हा दोघेही बाहेर पडतात, तेव्हा सवर्ण मुलगा भौतिक दृष्टीने समृद्ध झालेला असतो आणि धर्मातील अस्पृश्य मुलगा लॉरीवर क्लीनर म्हणून कामाला असतो.

त्याची आई, बायको लोखंड, काचा वेचत असते. व्यवस्थेत हे असे का बरे झाले, याची उत्तरे तो वाचकांवर सोपवतो.

असा हा ओम् गोस्वामी खऱ्या अर्थाने दलित जाणिवा व्यक्त करणारा!

◆

चिंतन

हिंदी लेखक हरिशंकर परसाई यांची एक गोष्ट आहे. गोष्टीचे नाव 'बॅटरीविके'. दोघे मित्र असतात. बेकारीला कंटाळतात. पैसे कसे मिळवावेत या प्रश्नाची एक एक टांग त्यांनी पकडली. हलविण्याचा प्रयत्न केला. दोघांना घाम फुटला; पण प्रश्न काही हलला नाही. शेवटी नशीब अजमावण्यासाठी दोन दिशेला ते दोघे गेले. पाच वर्षांनी एका विशिष्ट ठिकाणी एकत्र यायचे ते दोघे ठरवतात. एकाने इमानेइतबारे बॅटरी विकण्याचा धंदा सुरू केला. चौकात उभा राहून तो लोकांना सांगायचा, 'बंधूनो, भोवताली सर्वत्र अंधार आहे; पण माझ्या हाती प्रकाश आहे. तोच प्रकाश द्यायला मी आलो आहे. अंधाराचा निपटा करणारी ही सूर्यछाप बॅटरी आहे. आताच सूर्यछाप बॅटरी खरेदी करा आणि अंधाराला दूर करा. ज्या बंधूंना बॅटरी पाहिजे, त्यांनी हात वर करावेत!' जेमतेम पोट भरण्याइतकी मिळकत त्याला मिळायची. पाच वर्षांनी ठरलेल्या ठिकाणी आपला मित्र आला नाही, म्हणून बॅटरीविक्या त्याला शोधायला निघतो. एका मैदानात तो बघतो, तेथे खूपच रोषणाई केलेली. उंचावर एक व्यासपीठ सजवलेले. मैदानात हजारो स्त्री-पुरुष भक्तिभावाने बसलेले. व्यासपीठावर रेशमी भगव्या वस्त्रात एक भव्य पुरुष बसलेला. अंगाने गुबगुबीत. लांब दाढी, पाठीवर केस रुळत आहेत. बॅटरी विकणारा चाटच पडतो. तो जसा बॅटरी विकताना बोलत असतो, तसाच तो बाबा बोलतोय. बॅटरीविक्याजवळ जाऊन बघतो तो काय, तो त्याचाच जुन्या काळचा मित्र असतो.

भगव्या कफनीत बुवा कारमध्ये चढत असतानाच बॅटरीविक्या त्याच्या समोर जाऊन उभा राहतो. दोघे एकमेकांना ओळखतात. आग्रहाने बुवा त्याला बंगल्यावर घेऊन जातात. बॅटरीविक्या म्हणतो, 'साल्या फेकाफेकी काय करतोस? माझ्यासारखाच

बोलतोस. कुठल्या कंपनीची बॅटरी विकतोस?' तो हसून सांगतो, 'या बॅटरीचे दुकान फार सूक्ष्म आहे; पण किंमत जास्त मिळते. माझी कंपनी नवी नाही. ती सनातन आहे.

गोष्ट तशी खूपच बोलकी आहे. चिंतन सांगणारी माणसे साधू संन्याशीच असतात असे काही नाही. ती केव्हा नेतेमंडळी असू शकतात, तर केव्हा विचारवंत. समाजापासून ही सारी माणसे दहा अंगुळे वर समजली जातात. पु. ल. देशपांडे यांच्या 'तुझे आहे तुजपाशी' या नाटकातील एक पात्र म्हणते, 'तत्त्वज्ञान हे कोण सांगतो हे महत्त्वाचे नाही; तर ते तत्त्वज्ञान कुणाच्या मुखातून येतं, याला महत्त्व असतं.' मला वाटतं, हजारो वर्षांपासून हीच परंपरा आपल्या देशात चालत आलेली. सामान्य माणूस, त्यांच्या विवंचना, हा भाग जेथल्या तेथेच आहे.

पण चिरंतन सत्य म्हणजे वास्तव दर्शनच असते, असे काही नाही. जे सत्य म्हणून सांगितले जाते, त्याला महाभारतापासून संदर्भ शोधले जातात. या. सत्यालाच शाश्वत मूल्य म्हटले जाते. साहित्यातही शाश्वत मूल्यांचा आग्रह धरला जातो. याकरता इतिहासाचे उदात्तीकरण केले जाते. पुराणात आदर्श शोधले जातात. शून्यवाद-चैतन्यवाद यांचा पाठपुरावा केला जातो. मनुष्य हा अज्ञात शक्तीच्या हातातील बाहुले आहे. हीच शक्ती त्याला नाचवते. मनुष्य हा नगण्य आहे, तो महाभारतापासून बदललेला नाही. बदलले ते फक्त त्याचे पेहराव. त्याच्यातील आदिम वासना या कायम आहेत आणि मग साहित्यात शाश्वत मूल्यांच्या नावाखाली मृत्यू किंवा वासना याचा शोध घेतला जातो. यावरचे लेखन नको तेवढी जागा व्यापते. साहित्याचे सर्वच मानदंड या लेखनाला बहाल केले जातात; पण शाश्वत मूल्यांचा आग्रह धरणारी माणसेच समाजात आमूलाग्र परिवर्तनाला अडथळा आणत असतात. अभावग्रस्त समाजात जन्माला आलेला माणूस क्षणाक्षणाला मरत असतो. त्याच्या वासना समाजातील प्रखर वास्तवतेने कोळपत असतात. या जीवघेण्या मरणाचे, कोळपणाऱ्या वासनेचे त्यांच्या भयकंपित अवस्थेचे चित्र मात्र साहित्यात येत नाही. मृत्यू, मैथून किंवा निसर्ग हे जेवढे लेखकाला महत्त्वाचे वाटतात, तेवढी काही माणसांची भूक वाटत नाही. ही भूक काही नुस्ती भाकरीचीच नसते, तर प्रचलित समाज व्यवस्थेने वंचित केलेल्या घटकांना त्या सांस्कृतिक जाणिवांचीही ही भूक असते.

सूर्य हा शाश्वत आहे, हे जरी खरे असले, तरी रात्रीच्या वेळी सूर्य दिसत नाही, हेही तेवढेच खरे आहे. अशा वेळी भोवतालच्या घनघोर अंधारात चिमणी पेटवून एखादा माणूस स्वतःपुरता तरी उजेड करतोच ना! सूर्य कुठेतरी आहे म्हणून त्याला

चिमणी पेटवण्याचा अधिकार नाही, असे कसे बरे म्हणता येईल? ज्याच्या आयुष्यात सूर्यग्रहण पाचवीलाच पुजले आहे, अशा अज्ञानाच्या अंधकारात भारतातील मोठा जनसमुदाय गुहाजीवन जगत नाही काय? मग त्यांनी प्रकाशाची ठिणगी पेटवू नये असे आपण कोणत्या तोंडाने म्हणणार?

◆

प्रिय बाई

प्रास आणि ग्रंथाली या जोड प्रकाशन संस्थांनी 'प्रिय बाई ' नावाचे पुस्तक नुकतेच प्रसिद्ध केले आहे. आजवरच्या मराठी पुस्तकांच्या बांधणीपेक्षा त्याची छोटेखानी जुन्या कित्त्यासारखी बांधणी वेगळेपणामुळे चटकन ध्यानात येते. या पुस्तकाची बांधणी केवळ वेगळेपणाची नाही, तर त्यातील आशय हा खरा धक्कादायक. त्यातील प्रत्येक परिच्छेद हा सुरुंगाच्या बत्तीसारखा. परंपरागत शेवाळलेल्या विचाराच्या खडकाला हादरा देणारा. मूळ इटालियनवरून केलेल्या इंग्रजी भाषांतराचा सुधा कुलकर्णींनी केलेला हा सुबोध अनुवाद. सदर पुस्तक हे काही कुणा शिक्षणतज्ज्ञाने किंवा विद्वज्जड अशा विचारवंताने लिहिले नाही, तर चक्क शाळेतून मध्येच नापास केलेल्या अशा आठ मुलांनी मिळून लिहिले आहे. ही मुलं सध्या काही ना काही करताहेत. कुणी कामगार संघटनेत, कुणी फॅक्टरीत, तर कुणी कारागीर झालीत. काही जण शिक्षक होण्याकरिता धडपडताहेत. बार्बियानाच्या शाळेतील या मुलांनी सुरवातीलाच नोंदवून ठेवलंय- 'हे पुस्तक शिक्षकांसाठी नाही, तर पालकांसाठी लिहिलेलं आहे. त्यांनी संघटित व्हावं, प्रचलित शिक्षणपद्धतीवर 'मुले कुठाराघात' कराव, म्हणून दिलेली ही हाक आहे.'

पुस्तकाच्या पानापानातून पिएरिनो आणि गियानी या व्यक्तिरेखा भेटतात. पिएरिनो हा आहे 'आहे रे' वर्गाचा प्रतिनिधी, तर गियानी हा 'नाही रे' वर्गाचा प्रतिनिधी. सत्ता-संपत्ती आणि प्रतिष्ठा ज्यांच्या वाट्याला सातत्याने आली आहे, त्या मूठभरांची मूल्ये समाजात मान्यता पावलेली. त्यांचे सर्वच संस्कार हे आदर्श ठरले जातात. या वर्गाचा प्रतिनिधी पिएरिनो. याचा बाप डॉक्टर आहे. डॉक्टर आणि त्यांची बायको दोघे सुखाच्या शिखरावर आहेत. ते वाचतात, ते प्रवास करतात, मित्रांना भेटतात. ते आपल्या मुलांबरोबर खेळतात. त्यांच्यावर बारीक लक्ष ठेवण्यासाठी ते

फुरसत काढतात आणि सगळे ते फार चांगल्या तऱ्हेने करतात. त्यांचे घर पुस्तकांनी आणि संस्कृतीने भरलेले आहे. पाचव्या वर्षी गियानी हा फावडे धरायला शिकला, तर पिएरिनो पेन्सिल धरायला. पिएरिनो सरळ दुसरीत बसू शकतो. पिएरिनोच्या आई-वडिलांना जणू काही केवळ त्यांच्यासाठीच बनलेला असा कायदा मिळतो. हा कायदा पाच वर्षांच्या मुलाला पहिलीत यायला मज्जाव करतो; पण सहा वर्षांच्या मुलाला दुसरीत प्रवेश करायला परवानगी देतो. याउलट गियानीच्या घरी उलटी परिस्थिती. गियानीचा बाप बाराव्या वर्षीच लोहार म्हणून काम करायला लागला. तो शाळेच्या चौथा इयत्तेपर्यंत पोचला नाही. एकोणीस वर्षांचा असताना तो दुसऱ्या महायुद्धात फॅसिस्टविरोधी सैनिक म्हणून सामील झाला. (या दरम्यान मात्र पिएरिनोचा चामडीबचावू डॉक्टर पिता करिअर सांभाळत होता) आई-वडील अशिक्षित, घरात कमालीचे दैन्य. नागरी संस्कार न झालेला असा गियानी मात्र शाळेत मागे पडतो आहे. त्याच्या भाषेची वर्गात टवाळी होते. लेखक म्हणतात, 'शुद्ध भाषा कोणती हे आपण एकदा निश्चित करू या. गरिबांनीच भाषा निर्माण केल्या आहेत आणि ते सतत त्यात भर टाकत असतात. श्रीमंत तिला एका साच्यात बसवितात. मग कुणी निराळ्या प्रकारात बोलायला लागले की, त्याला ठपका द्यायचा किंवा नापास करायला हे मोकळे!' नापास होणारा हा काही एकटाच गियानी नाही. लाखो गियानी असे ही व्यवस्था कुजवीत असतात, अशा वेळी पुस्तकात परिस्थितीचे कठोर आणि परखड असे दाहक चित्र उमटते. आकडेवारी सादर केली जाते. तुमच्या सक्तीच्या शाळा दर वर्षी ४ लाख ६२ हजार मुले नापास करतात. इथे नालायक कुणी असेल तर, इतकी मुले गमावणारे आणि त्यांना परत शोधायला न जाणारे तुम्ही लोकच- आम्ही नव्हे. आम्ही त्यांना शेतातून, कारखान्यातून शोधून काढतो आणि अगदी जवळून ओळखतो. यावर मुलांचे जळजळीत अंजन- एखाद्याला नापास करणे हे झाडाझुडपात बंदुक झाडण्यासारखे आहे. कदाचित मुलगा सापडेल, कदाचित ससा. आणि हे करते कोण, तर शिक्षक. शिक्षकासंबंधी आपल्या मनात जो परंपरागत पूज्य आणि वंदनीय असा भाव असतो, त्या भावनेला चांगलाच धक्का बसतो. शिक्षकासंबंधी एका ठिकाणी लेखक म्हणतात 'शिक्षक हे धर्मोपदेशक आणि वेश्यांसारखे असतात. भेटेल त्या प्रत्येकाच्या प्रेमात त्यांना ताबडतोब पडलेच पाहिजे. नंतर त्यांच्यासाठी खंत करायला त्यांना वेळ नसतो. सबंध जग म्हणजे एक मोठे कुटुंब आहे. आणि ज्यांची सेवा करावी असे हवे तेवढे असतातच. आपल्या उंबरठ्यापलीकडचं पाहू शकणं, केव्हाही उत्तमच! पण आपण एखाद्या मुलाला त्या उंबरठ्याबाहेर हुसकावून लावलेले नाही ना, याची खात्री आहे.

हे पुस्तक केवळ शिक्षण व्यवस्थेसंबंधी नाराजी दाखविणारे नाही, तर सांस्कृतिक, सामाजिक प्रश्नांचीही नव्याने मांडणी केली आहे. इतिहास-भूगोल कसा पाहावा

याचाही दृष्टिकोन यात नव्या जाणिवेने व्यक्त झाला आहे. इतिहासाकडे कसे पाहावे या संदर्भात परिच्छेद असा- 'इतिहास हा जेत्यांनी शेतकऱ्यांपर्यंत ढकललेल्या संकुचित, एकतर्फी फालतू गोष्टी आहेत. पराजित नेहमीच वाईट; जेते सर्व चांगले. राजे, सेनापती आणि देशादेशांमधील अडाणी, युद्ध यांच्याबद्दलच्याच गोष्टी. कामगारांची दुःखे आणि लढे यांच्याकडे एकतर दुर्लक्ष तरी केलेले, नाहीतर त्यांना वळचणीला खुपसून ठेवलेले.

सेनापती नि शस्त्रांच्या कारखानदारांना न आवडणाऱ्या माणसांचे दिवस भरलेच म्हणून समजा. सर्वांत चांगल्या अत्याधुनिक पुस्तकातसुद्धा गांधीना केवळ नऊ ओळींत आटपले आहे. त्यांचे विचार आणि त्यापेक्षा त्यांचा कार्यक्रम यावर चकार शब्दही नाही. एका ठिकाणी धर्माचा संदर्भ आलेला. एका मौलवीने यांतील एका मुलाला अरेबिक वाचायला येते म्हणून मुसलमान समजून सन्मानाने मशिदीत नेले. मौलवी आनंदाने उचंबळून आला होता. पण जेव्हा त्याला कळले की, तो मुसलमान नाही; धर्माने कॅथॉलिक ख्रिश्चन आहे, तेव्हा त्याच मौलवीने नाराजी दाखविली. गाडीत बसल्याचे पैसे वसूल केले. पुस्तकातील ही छोटीशीच घटना धर्मांधतेवर नवा प्रकाशझोत टाकते.

'प्रिय बाई' हे पुस्तक तसे इटलीतील एका डोंगराळ भागातील खेड्यावर बेतलेले.

पण पुस्तकाचे नवल असे, की आपल्या देशातील परंपरागत मूल्यव्यवस्था, आपले शैक्षणिक प्रश्न यांनाही ते तंतोतंत लागू पडणारे. शाळा सोडून जाणारी मुले आपल्या महाराष्ट्रातही ७० टक्के आहेत. केवळ सदर पुस्तक थोरामोठ्यांच्या घरी काचेच्या कपाटात धूळ खात पडणार असेल तर सुधा कुलकर्णी यांनी अनुवादाचे घेतलेले श्रम हे वाळूत पडलेल्या पाण्यासारखे विरून जाणार आहेत. आपल्या मातीच्या संदर्भात या पुस्तकाचा विचार व्हावा. ब्रिटिशांच्या काळापासून चालत आलेली आपली कारकून बनवणारी शिक्षण पद्धती. वरच्या धर्मांना ज्ञान दिले म्हणजे ते आपोआप झिरपत खालच्या वर्गापर्यंत येईल, ही फिल्टर पद्धत त्या काळापासून आपण स्वीकारली. फक्त या पद्धतीस महात्मा फुले यांनी कडाडून विरोध केला होता. शिक्षण पद्धती ही उभी न ठेवता आडवी ठेवा, म्हणजे समाजात खालच्या घरापासून आमूलाग्र परिवर्तन होईल, असा त्यांचा दृष्टिकोन होता. आपल्या देशात तर नुसते श्रीमंतांनी गरिबांचे पद्धतशीर केलेले शिरकाणच नाही, तर जातिव्यवस्थेने दुहेरी शिरकाण चालवले आहे. ही दुधारी तलवार जादा खतरनाक आहे, एवढे नम्रपणे सांगावेसे वाटते.

◆

बलात्कार

'रविवार' या हिंदी साप्ताहिकात राज किशोर यांची 'निर्णय' या नावाची कविता मी मध्यंतरी वाचली. कविता वाचून मी चांगलाच उडालो. सर्व कविता येथे देणे शक्य नाही. पण त्यातील काही तुकड्यांवरून विषयाची दाहकता कुणाही संवेदनशील माणसाला स्पर्शून जाईल. कवितेची सुरवात असते :

'मैने उसकी पीठ सहलायी,
पर वह नींद मे डूबे होने का बहाना किये चुपचाप पडी रही ।
मेरा खून धीरे-धीरे उतप्त हो रहा था, जैसे सुलगती है घासफूस की आग।
पर आज उसने मानों तय कर लिया था कि वह इससे बेखबर रहेगी!
पर मैने एक कठिण निर्णय लिया
और नींद को बुलाते हुए
अपना एक अलग संसार रचा
संक्षेप में कहूं तो उस रात
एक बलात्कार होते होते बचा'

असे हे कवितेतले काही तुकडे. कुठल्याही संसारी माणसाच्या बेडसीनचा हा शॉट. शेवटच्या ओळीने वाचक चक्रावतो. बलात्काराच्या प्रश्नाकडे पाहण्याची एक नवी दृष्टी सदर कविता देते. लग्न संस्थेच्या पेढीवर स्त्री नावाची वस्तू पुरुष विकत घेतो. काही पेढ्यांवर हुंड्याच्या रूपाने वस्तूबरोबरच घबाड मिळते आणि त्याला राजरोस बलात्कार परवाना मिळतो. दिवसभराच्या कष्टांनी थकलेली स्त्री. तिला काही मन, भावना, विचार असतात, याचा किती नवरोजींना पत्ता असतो? असे आजही घराघरात किती बरे बलात्कार घडत असतील? पण कायद्याच्या भाषेत या घटनेला कुणीही बलात्कार समजत नसतील.

स्त्रीच्या नकारात होकार असतो, अशी रोमँटिक मते आपल्याकडे अनेक लेखक-कवी मांडत असतात. पण आपल्याच पत्नीने नकाराच्या जागी होकार भरला, यौवनसुखाची प्रकट इच्छा प्रदर्शित केली तर, तिला मात्र 'चरित्रहीन' किंवा 'कुलटा' संबोधले जाण्याची शक्यता आहे. आदर्श स्त्री व्हायचे असेल तर तिने लाजून चूर झाले पाहिजे. तिची भूमिका समोर आले ते स्वीकारायची हवी. तिला काही मागण्याचा अधिकार नाही. भारतातील अनेक कुटुंबांत स्त्रीचा नकार हा होकारच धरला जातो. याचा अर्थ बलात्कार होणारच नाही असे गृहीत धरता येत नाही. अरविंद गोखले यांच्या कथेतील नायिका 'मंजुळा'सारख्या स्त्रिया समाजात कितीशा भेटतात? नोकरीवरून थकूनभागून आलेली मंजुळा आपल्या नवऱ्याला वेश्येकडे जाण्यासाठी पैसे देऊ करते. ज्या मध्यमवर्गीय स्त्रीची प्रतिनिधी मंजुळा असते, त्यापेक्षा बहुसंख्येने वेगळा स्त्रियांचा समाज सर्वत्र पसरलेला आहे. या स्त्रियांची मानसिकताही परंपरागत असते. बैल कुठेही रानात चरायला गेले तरी संध्याकाळी गोठ्यात येणार. बायको म्हणजे टोपलीतील भाकरी; ती केव्हाही चघळता येईल.

स्त्री ही पुरुषाप्रमाणेच माणूस आहे. तिलाही हक्क आहेत, तिच्याशी माणुसकीने वागले पाहिजे, हा विचार सर्वत्र बोलला जात असला तरी, व्यवहार फारसा पाहावयास मिळत नाही. स्त्री केवळ पुरुषाच्या मानाने दुर्बळ आहे म्हणून तिची अवहेलना होते असे काही नाही, तर पुरुषप्रधान संस्कृतीत ती घरातील शोभेची वस्तू, प्रॉपर्टी, पुरुषांची सेवा करण्याचे हुकमी साधन म्हणूनच पाहिले जात असावे. धर्मशास्त्राने तर तिला 'पापयोनी' म्हटले आहे. स्त्री ही पुरुषाच्या अध:पतनाचे, प्रलोभनाचे आणि पातकाचे स्थान समजले गेले. पुरुषांचा त्याग अथवा कमालीचा भोग या दोन्हीही गोष्टी आपल्या देशात महापुरुषत्व सिद्ध करण्याकरिता वापरल्या गेल्या आहेत. पण स्त्रीने मात्र केवळ चूलमूल करावे आणि राष्ट्राला महान नेता म्हणून जन्म देण्याचेच फक्त यंत्र म्हणून कर्तव्य करावे, याला उदात्त संस्कृती म्हणून गौरविले गेले आहे.

आपल्या भारतीय समाज व्यवस्थेमध्ये स्त्रीला वस्तू किंवा यंत्र अशी जरी अवकळा आलेली असली तरी या यंत्राच्या 'योनिशुद्धते'बद्दल समाज कमालीचा जागरूक राहिला आहे. माझ्या ओळखीचा एक तरुण आहे. चांगला ग्रॅज्युएट. सध्या सरकारी अधिकारी आहे. स्वतःचे लग्न करताना त्याची एकच अट- मुलगी वयात आलेली नको. त्याने सांगितलेले कारण हे आजच्या तरुण माणसाच्या मनोवृत्तीवर झगझगीत प्रकाश पाडणारे. त्याचे म्हणणे असे की, अशी मुलगी कुणीही खराब करू शकत नाही. शेवटी त्याने अशाच वयात न आलेल्या मुलीशी लग्न केले. आपली बायको ही 'अक्षत' आहे, हाच आनंद त्याल जग जिंकल्याची जाणीव करून देत असतो.

समाजाच्या सर्व थरांतून 'स्त्री'संबंधी ही वृत्ती दिसून येते. तेथे डावा-उजवा करता येणार नाही. आंबेडकरी चळवळीतून जी तरुणांची नवी, सुशिक्षित पिढी उदयाला आली, तिची मानसिकता तपासली तर ती इतर सवर्ण तरुणापेक्षा स्त्रीच्या संदर्भात वेगळी आहे, असे म्हणता येणार नाही. 'ग्रंथाली'ने स्त्रियांच्या दुःखाला वाचा फोडणारे 'उद्ध्वस्त क्षितिज' नावाचं पुस्तक प्रसिद्ध केलं, त्यात माझीही एक कथा आहे. सदर कथा या कपोलकल्पित नाहीत, तर त्या सत्यघटनेवर आधारलेल्या. 'एका झाडानं किती टकरावं' या कथेत दलित मुलीवर शाळेतीलच एका मुस्लिम शिक्षकाने बलात्कार केला. घराण्याची अब्रू किंवा विरुद्ध पार्टीची दहशत यामुळे कोर्टात ती काही बोलू शकली नाही. आरोपी निर्दोष सुटला. मूळच्या कथेत बायको असताना त्याने या मुलीशी निका लावलेला. पण तारुण्य लुटून चोथा फेकावा तशी मुलगी आता रस्त्यावर आली. या मुलीचा एवढाच अपराध की, तिला बलात्काराचा डाग लागलेला. सदर मुलगी स्वीकारण्यास इतर समाजातील सोडाच, पण कुणी दलित तरुण पुढे येऊ नये, याचे वैषम्य वाटते. शेवटी देहविक्रय करणे एवढाच मार्ग समाजाने तिला खुला ठेवायचा? या घटनेतील मुलीला बलत्काराचा डाग तरी लागलेला; पण एका दलित मुलीची केस कमालीची गंभीर वाटते. सदर मुलगी नाकीडोळी नीटस आहे. ग्रॅज्युएट झाली आहे; पण दलित बौद्ध समाजातील कुणीही क्रांतिकारक तरुण तिच्याशी लग्न करण्यास धजावत नाही. त्या मुलीचा दोष एवढाच, की तिची मावशी गोलपीठ्यात धंदा करते. हे आव्हान स्वीकारण्यास कुणी भीमाचा लाल तयार आहे काय?

◆

बोहरा

मागील आठवड्यातील घटना. 'सिटीझन्स फॉर डेमॉक्रॉसी' या संघटनेच्या वतीने श्री. असगरअली यांच्या नुकत्याच प्रसिद्ध झालेल्या 'बोहरा' या पुस्तकावर कामा हॉल येथे परिसंवाद. आता एखाद्या पुस्तकावर परिसंवाद हा कुणालाही तसा निरुपद्रवी कार्यक्रम वाटेल. पण तसे या कार्यक्रमाचे स्वरूप नव्हते. हॉलच्या बाहेर पोलिसांचा फौजफौटा. काळी गाडी. आत हॉलमध्येही श्रोत्यांच्या समवेत इन्स्पेक्टर आणि काही युनिफॉर्ममधील पोलीस बसलेले. सभेत मोकळे वातावरण नाही. सर्वत्र घुसमटलेली अवस्था आणि मग वाटू लागले, की खरेच का आपण स्वतंत्र देशाचे नागरिक आहोत? आपल्याच या यंत्रयुगातील मुंबई शहरात मानव समूहाची अशी किती वेगवेगळी बेटे आहेत की, त्यांच्या जीवघेण्या दुःखाबद्दल आपल्याला कितीशी माहिती असते. एकीकडे आपण सर्वांनी भारतीय घटना स्वीकारलेली असते. भारतीय लोकशाही, व्यक्तिस्वातंत्र्य याचे महत्त्व आपण सातत्याने मांडत असतो; पण आपल्या सरकारच्या आतही वेगळे शासन काम करीत असते. जाती, धर्म, पंथ यांच्या वतीने अमानुष प्रकारची अलग घटना राबविली जात असते. तथाकथित निधर्मीपणाच्या नावाखाली डोळ्यांवर कातडे ओढून हा सारा प्रकार आपण चालू देत असतो. तेथील प्रमुख अथवा धर्मगुरू यांचे सम्राटासारखे जुलमी राज्य तेथील प्रजेवर चाललेले असते. अशा एका बेटावरील दुःखांना श्री. असगरअली यांनी 'बोहरा' या ग्रंथात वाचा फोडलेली.

बोहरा आणि त्यांचा धर्मगुरू यांच्यातील संघर्ष समजून घेण्यापूर्वी या समाजाच्या इतिहासाकडे थोडेसे वळावे लागेल. शिया आणि सुन्नी हे मुसलमानातील दोन प्रमुख प्रवाह आहेत, याची जाणीव सर्वांनाच आहे. दाऊदी बोहरा हे शिया पंथातील. यातील जवळ जवळ सर्वांनीच हिंदू धर्मातून धर्मांतर केले. गुजरात, राजस्थान, महाराष्ट्र मध्य

प्रदेश या प्रातांत विशेष वस्ती. पाकिस्तान, श्रीलंका, सिंगापूर, पूर्व अफ्रिका, ब्रिटन, कॅनडा इ. देशांत काही बोहरा कुटुंबे विखुरलेली. जगात या समाजाची अंदाजे दहा लाख लोकसंख्या.

शिया आणि सुन्नी या दोन्ही पंथांचा परमेश्वर एकच आहे आणि हजरत मोहमद, त्याचा पैगंबर अणि कुराण यांवर विश्वास आहे. पुढे धर्माचा वारसा नक्की कुणाकडे यावरून वाद विकोपाला गेला. सुन्नी पैगंबराच्या जावयाला परमेश्वराचा प्रतिनिधी मानत नाहीत; शिया मानतात. पुढे शियांमध्येही वारसावरून दोन पंथ पडले. इस्माइलिया आणि इस्ना-आशारिया या नावांनी ते ओळखले जातात. आजची दाऊदी बोहरा ही इस्माइलियाची शाखा आहे. 'बोहरा' शब्द हा गुजराती आहे आणि त्याचा अर्थ व्यापारी असा होतो.

बोहराचे धर्मगुरू इ.स. १५८६ च्या आधी गुजरातमध्ये आले. धर्मगुरू हा वंशपरंपरेने एकाच कुटुंबातून निवडला जातो. सध्याचे धर्मगुरू सैयदना मोहम्मद बुरहानुद्दीन साहेब या नावाने ओळखले जातात. १९६६ मध्ये ते गादीवर चढले आणि ५२ वे दाई म्हणून हे वारसा सांगतात. मुंबईत मलबारहिल येथे 'बदरी महल' या अलिशान वास्तूत ते राहतात.

या मुल्लाजीचे शोषणाचे जाळे सरकारी मशिनरीला लाजवील असे आहे. सुमारे वर्षाला १२ कोटींची आमदनी अनुयायांकडून वसूल केली जाते. आपल्या बापाचा ४ कोटींचा संगमरवरी मकबरा याने भेंडीबाजार येथे बांधला आहे. मुल्लाजी भागाभागात आपले दायी नेमतो. प्रत्येक माणसाकडून आपल्या उत्पन्नाचा २.५ हिस्सा दर वर्षी सक्तीने वसूल केला जातो. त्याशिवाय वर्षभर वेळोवेळी सलाम बैतूलमल, शिला फीतरा इ. नावाचे वेगळे कर आहेतच. ही सर्व मिळकत समाजाच्या मालकीची आहे. तिचा चोख हिशोब समाजाला द्यायला हवा. त्याचा ट्रस्ट हवा. समाजाच्या कल्याणासाठी या निधीचा उपयोग केला जावा, अशी साधी मागणी त्यातील सुधारणावादी मंडळींची आहे. पण जो हे बोलेल त्यावर समाजातून बहिष्कृत होण्याची पाळी येते. अशा अनेक कुटुंबांना आजवर बहिष्कृत केले आहे. वरात काढणे किंवा सलामबंद हे मुल्लाजींचे परवलीचे शब्द. हे ज्या व्यक्तीविरुद्ध अगर कुटुंबाविरुद्ध काढले, त्यांची मग परवड विचारू नका. पाण्याबाहेर काढलेल्या माशासारखी त्या व्यक्तीची अथवा कुटुंबाची अवस्था होते. परवानगीशिवाय लग्ने होत नाहीत, अगर स्मशानात पुरण्यास जागा मिळत नाही. शेवटी काही शरण जातात; काही जिद्दीने लढतात.

सुधारणावादी चळवळीची पाळेमुळे खूपच खोलवर आहेत. तेराव्या-चौदाव्या शतकात आदमजी पीरभॉयनी ही चळवळ प्रथम सुरू केली. मशिदीत ठेवलेल्या पेटीत दान म्हणून मुबलक पैसा पडत असतो. या सर्व पैशाचा हिशोब समाजाला दिला जावा, ही त्या वेळची मागणी होती. आजही ती कायम आहे. याला काटशह

म्हणून मुल्लाजी मशिदीत दोन पेट्या ठेवू लागले. एक आपली आणि दुसरी समाजाची. पण पैसे पडतात ते मुल्लाजीच्या पेटीत! शेवटी लढणाऱ्या एकुलत्या एक पीरभॉय कुटुंबाची वाताहत झाली. त्यांच्या संपत्तीचा लिलाव करण्यात आला आणि त्यावर कडी म्हणून की काय, त्यांच्या संपत्तीचा लिलाव मुल्लानेच खरेदी केला.

मुल्लाविरुद्ध खरा संघटितपणे लढा उभारला गेला, तो गेल्या दशकापासून. उदेपूर हे लढ्याचे केंद्रस्थान. नोमनभाई कॉन्ट्रॅक्टर आणि असगरअली इंजिनियर हे या लढ्यात आघाडीचे सेनानी. डोक्याला कफन बांधूनच हे लढ्यात उतरले आहेत. उदेपूर येथे अनेक तरुण- नवे, आधुनिक शिक्षण घेऊ लागलेले. त्यांच्यात कमालीची जागृती. १९७३ साली त्यांनी प्रथम उठाव केला. अर्थात सुरवातीला मुल्लाविरुद्ध त्यांचा लढा नव्हता. शाळा, हॉस्टेल, मेडिकल सेंटर चालविणे एवढेच यांचे मयादित कार्य होते. परंतु अशा विधायक कार्यालासुद्धा मुल्लाजींची परवानगी हवी होती. तरुणांनी हे नाकारले. मुल्लाजींनी असोसिएशन रद्द केली. तरुणांनी मुल्लांना घेराव केला. मुल्ला गलियाकोटला पळून गेले. तेथे काही स्त्रिया दाद मागण्यासाठी गेल्या असता, मुल्लाजींच्या भाडोत्री गुंडांनी त्यांच्यावर अत्याचार केले. उदेपूरला जी ठिणगी पडली ती अशी. मुल्लाजींचा आदेश नाकारून दोन-तीन वर्षांपूर्वी तेथे १०६ सामूहिक लग्ने लावण्यात आली. भारतात उदेपूर असे एकच ठिकाण आहे, की तेथे तरुणांच्या ताब्यात तेथील मशीद आहे. ही मशीद तरुणांकडून हिसकावून घेण्यासाठी रक्तकंदन झाले आहे. आजही तेथील मशिदीच्या पेटीत पडणारा पैसा मुल्ला घेऊन जाऊ शकत नाही.

अन्याय अत्याचारांच्या कथा तर किती सांगाव्यात! स्वतः असगरअली आणि नोमनभाई त्या अत्याचारात होरपळून गेलेले. नोमनभाईला गोधरा येथे जिवंत जाळण्याचा प्रयत्न केला. त्यांची मोटार उद्ध्वस्त केली गेली. असगरअली तर बालपणापासूनच या व्यवस्थेत भरडलेले. असगरअली हे इंदूरचे. बड्या मुल्लानेच नेमलेल्या दाईचा मुलगा. आपल्या बापाचे या व्यवस्थेने केलेले बाहुले, त्यांची शोचनीय अवस्था पाहून अगदी बालपणापासून, धर्मव्यवस्थेबद्दल त्यांच्या मनात ठिणगी पेटलेली. बापाबरोबर हा मुलगा स्कॉलरशिप मागण्याकरिता मुंबईला मुल्लाकडे येतो. मुल्लाकडे जायचे म्हणजे गुडघे टेकत जाण्याची परंपरा. एक तासभर ताटकळत ठेवलेला आपला म्हातारा बाप, शेवटी १० रु. देतो. आज असगरअली लढ्यात न डगमगता उभे आहेत. मुल्लाजीने त्यांची वरात काढली आहे. आई आणि मुलगा यात पडदा आहे. काफराचे तोंड पाहू नकोस, हा मुल्लांचा आदेश. आपणास जन्नत मिळणार नाही म्हणून आई मुल्लाजींचे ऐकते आहे. आई-मुलात, नवरा-बायकोत, कुटुंब आणि नात्यगोत्यात आज मुल्लाजीने भीती निर्माण केल्या आहेत. घरेलू मामला म्हणून

शासनाचा या कोंडीकडे कानाडोळा आहे. घटनेने प्रत्येक धर्माला स्वातंत्र्य दिले आहे. यात व्यक्तिस्वातंत्र्याची गळचेपी होते आह, याचे भान शासनाला नाही. मुसलमानातील विचारवंत या प्रश्नाकडे डोळेझाक करीत आहेत. सिटीझन फॉर डेमॉक्रसीतर्फे नियुक्त झालेल्या नाथवाणी आयोगाने मात्र मोठ्या धारिष्ट्याने आपला रिपोर्ट सादर केला आहे. या लोकशाहीच्या जमान्यात बोहरा समाजातील बंडखोरांना त्यांच्या धर्मसत्तेविरुद्ध न्यूनतम (कमीत कमी) लोकशाहीसाठी लढावे लागते, ही शोकांतिका आहे. पण हे कटू सत्य आहे. ही लढाई जिंकल्याशिवाय ते खऱ्या अर्थाने भारतीयांच्या मुख्य प्रवाहात मिसळू शकत नाहीत, ही त्यांची खंत आहे.

◆

सतीश जमाली

सतीश जमाली हे हिंदीतील जानेमाने कथालेखक. प्रत्यक्षात तशी त्याची ओळख नाही; पण त्यांची आत्मरचना 'गर्दिश के दिन' वाचली आणि जिवाभावाचा मित्र मिळावा तसे वाटले. त्यांच्या आत्मरचनेत एक वाक्य आहे, 'हर साल एक पाकिस्तान बनता था, और शरणार्थी वहाँ से अपनी जाने बचा कर भाग आते थे......' हे सारं वाचताना वर्तमानातील वास्तव विसरू शकत नव्हतो. आपले आध्यात्म आणि व्यवहार यांत जमीन-अस्मानाएवढे अंतर. 'सब भूमी गोपालकी' एकीकडे म्हणायचे. तुम्ही-आम्ही एक; पण आमच्या कठड्याला हात लावू नका, ही नीती आजही चालत आलेली. याही देशात कोण कधी परका होईल, हे सांगता येत नाही.

भारताच्या ईशान्य सीमेवर हजारोंची घरेदारे उजाड होत आहेत. आजही अनेक सतीश जमाली उघड्यावर पडत आहेत. सतीश जमालींच्या आत्मरचनेत आयुष्याची ही परवड शब्दाशब्दातून व्यक्त होते. सहा-सात वर्षांचे वय असल्यापासून जमालींनी आपल्या आयुष्याचा आलेख काढलेला. ते लिहितात : 'त्या दिवसांत वडील अमृतसर येथे नोकरीला असतात. आमचे शहर पाकिस्तानात सामील करावयाचे की हिंदुस्थानातच ठेवावयाचे, याचा निर्णय होत नव्हता; काहीही होऊ शकले असते. यामुळे धुवांधार धुमश्चक्री होत होती. आम्ही आमच्या घराच्या गच्चीवर जाऊन लांबचे दृश्य बघायचो. दूरवर घरादारांना आग लागलेली दिसायची. साऱ्या शहरात गोळ्यांचा वर्षाव होत असल्याचा आवाज कानावर पडायचा. आई कमालीची काळजीत दिसायची. शेवटी आईने आम्हा भावंडांना ट्रकमध्ये बसवून दूरच्या पहाडी शहरात पाठविले. आई काही आमच्याबरोबर आलेली नसते. अंतिम श्वासापर्यंत आपल्या सामानाची काळजी घ्यावी, सामानाची लुटालूट होऊ नये, ही तिची इच्छा होती.

‘काही दिवसांनी आम्ही जेव्हा परतलो तेव्हा आमचे शहर हिंदुस्थानात घेतले गेले होते. सडकेच्या दुतर्फा आम्हाला प्रेते दिसली. साऱ्या शहरात कर्फ्यू होता. ऐन बाजारात लष्करातील जवान गस्त घालीत होते. आईने जेव्हा आम्हाला पाहिले, तेव्हा एकीकडे ती रडत होती, आणि दुसरीकडे हसत होती. यानंतर बराच काळ हलकल्लोळ होत होता. आम्ही पाहत असतो- वस्तीतील तरुण मंडळी तलवार घेऊन बाहेत पडत. परत येत तेव्हा त्यांच्यापाशी लुटीचे सामान असायचे. कुणी म्हणायचे, ‘मी एवढी मुंडकी छाटली.’ यानंतर शरणार्थींचा कधी न संपणारा काफिला सुरू झाला. हा शरणार्थींचा लोंढा आजही संपला नाही. यांत दोन प्रकार होते- एक गुजर. पंजाबच्या पहाडी मुलखातून यायचे; पावसाळ्यात. सोबत त्यांची गुरेढोरे असत. दुसरे काश्मिरी मजूर आणि गोरगरीब लोक. त्यांच्या बायका भीक मागायच्या आणि पुरुष मंडळी स्थानिक लोकांची दादागिरी सहन करीत मेंढरांसारखी जगायची.’

लहान वयातच जमालींवर या वातावरणाचा परिणाम झाला नसता तरच नवल. घरातल्या चार भिंतींतील कोंडलेपण आणि बाहेरचे हे विदारक आयुष्य, यामुळे त्यांच्या व्यक्तिमत्त्वाची मोडतोड झाली. बालपण संपले. घरातील कठोर शिस्तीत हा मुलगा बसेना. आणि मग जमालीचे सारेच आयुष्य थ्रिल झाले. वेळोवेळी हा मुलगा घरातून पळू लागला. घरातून हा जेव्हा पळून जात असतो, तेव्हा त्याला कोणी अडवत नसते आणि परत आला तर त्याचे कुणीही स्वागत करीत नसते. बाहेरच्या जगात तऱ्हेतऱ्हेच्या लोकांशी याचा संपर्क घडू लागला. त्यामुळे गांजा, चरस, जुगार, चोरी, हातभट्टीची दारू, चंडोल, चक्कूबाजी, मारामाऱ्या आणि बाया या गर्तेत याची अनेक वर्षे बरबाद झाली.

आयुष्याच्या या धुमाकुळीत का कुणास ठाऊक, जमालीला दिल्लीला जाण्याचे आकर्षण होते. आपल्या खानदानात असे कुणी दिल्लीला गेले नाही, हीही खंत होती. दिल्लीचे आकर्षण, त्यातल्या त्यात कॅनॉट प्लेसचे होते. घरातून बाहेर पडण्याची जमालीची ही तिसरी खेप होती. जमाली लिहितात,

‘एका रात्री मी विनातिकीट गाडीत बसलो आणि दुसऱ्या दिवशी दिल्लीत पोहोचलो. माझ्यापाशी काहीच सामान नव्हते. अवघे तीन-साडेतीन रुपये खिशात होते. घरातून पळताना मी केव्हाच वस्तू किंवा पैसे चोरून घेत नसतो. या वेळी परत घरी जायचे नाही, काहीतरी कामधंदा शोधायचा, या निश्चयाने मी घराबाहेर पडलो. मी तीस-पस्तीस ऑफिसे धुंडाळली. पहिल्यांदा क्लार्कसाठी प्रयत्न केला. ते पद मिळेना, तेव्हा चपराशी म्हणून प्रयत्न जारी केला. पण एवढ्या मोठ्या शहरात कुठेच डाळ शिजेना. हॉटेलात वेटर म्हणूनही कुणी ठेवीना. बूटपॉलिश करावयाचे तर त्यालाही सामान खरेदी करण्यास पैसे लागतात, तेवढेही नव्हते. त्या दिवसाची

रात्र दिल्ली स्टेशनवरच झोपून काढली. दुसऱ्या दिवसापासून हमालीला सुरवात केला; पण तेथील पिढीजात हमाल तिथेही माझा टिकाव लागू देईनात.'

जमाली दिल्ली शहरात काही काळ हमाली करतात. तिथे जम बसत नाही म्हणून एका फॅक्टरीत नोकरीला लागतात. जमालीच्या आत्मकथेचे वैशिष्ट्य मला एका बाबतीत नोंदवावेसे वाटते. वर्गीय किंवा पुरोगामी लिहिणाऱ्या लेखकावर नकळत कधी कधी सिद्धान्ताचे ओझे येत असते. त्यामुळे सर्वहारा वर्गाचे नेमके विश्लेषण करताना त्याच्यावर काही मर्यादा तो नकळत ओढवून घेत असतो. सर्वहारा हा क्रांतीचा दूत आहे हे चितारताना लेखक त्याच्या सर्व अवगुणांवर पांघरुण घालतो. पण हमाली करताना अथवा फॅक्टरीत काम करताना सर्वहारा वर्गाकडूनच काय भोग वाट्याला येतात, याचे जमालीने वस्तुनिष्ठ असे वर्णन केले आहे.

त्या संदर्भात आलेल्या अनुभवासंबंधी ते लिहितात, 'अभावग्रस्त समाजात जन्माला आलेल्या लोकांशी तुम्ही सहानुभूतीने वागले पाहिजे, हे खरेच. त्यांच्या तमाम समस्यांना साथ देणे, हे आपले कर्तव्यच असते. परंतु दुसऱ्या तमाम लोकांसारखेच तेही 'कमजोर' असतात. बाकीचे लोक जशी चाल खेळतात, अथवा बदमाशी करतात, तसेच हेही वागतात. आपल्याच साथीदाराला ते खात असतात. अनुभवच सांगतो. एक दिवस सकाळीच एका गुंडाने मला साफ साफ सांगितले की येथे काम करावयाचे असेल तर प्रत्येक दिवशी मला एक रुपया द्यायला हवा. मला हे सारे खरेच वाटेना. मला हे शक्य नव्हते. एवढी ढोरमेहनत करूनही दोन रुपयांपेक्षा मी कारखान्यात जादा कमवत नव्हतो. मी असमर्थता प्रकट केली. त्याने मला धमकावले. 'तू येथे काम करू शकत नाहीस' म्हणून दम भरला. मला थरकाप सुटला. त्याच्या धमकावणीचा अर्थ स्पष्ट होता. नाही तर तो मला बदडून काढणार होता अथवा पोलिसांकडून माझी हड्डी तोडणार होता. मला तेथील नोकरी सोडावी लागली. '

जमालीचे सारेच आयुष्य हे असे थ्रिलिंग. हे सर्व काल्पनिक वाटण्याची शक्यता नाकारता येत नाही. मटक्याच्या पावत्या लिहिण्यापासून ते इंटेलिजन्स ब्यूरोमध्ये हेर अशी कामे जमालींच्या वाट्याला आली. केवळ जगण्याकरताच हे दिव्य पचवलेल्या जमालींना पुढे लेखक म्हणून उभे राहण्यास अनुभवांची हीच शिदोरी उपयोगी पडली असावी. शेवटी ते लिहितात, 'दिल्लीपासून वीस मैलांवरील एका मोठ्या फॅक्टरीत दीडशे रुपयांची नोकरी लागली आणि त्यानंतर सुमारे तीन वर्षांनंतर 'कहानी' मासिकात सहसंपादक म्हणून दोनशे रुपये मासिक मानधन......'

◆

तमासगीर

प्रवासात असताना दादू मारुती इंदुरीकरांच्या निधनाची बातमी समजली. बातमीमुळे मनात खिन्नता दाटून आली. शेवटचेही दर्शन घेता आले नाही, याची हूरहूर लागून राहिली. आज तसे दादोबांना राष्ट्रीय नाटक अकादमीचे रौप्यपदक त्यांना मिळाल आहे. एवढ्या मोठ्या कलावंताचे खासगी आयुष्य म्हणजे एक विदारक परवड म्हणून मनात ठसठसत असते. हा माणूस कोठून कोठे आला, म्हणून आज त्यांचे कौतुक होतेय. पण ही वाटचाल करताना त्यांनी परिस्थितीचे जे विष पचवले, त्याला तोड नाही.

तसा कळू लागल्यापासून मी दादोबांना ओळखतो. मी दहा-बारा वर्षांचा असेन. तालुक्याच्या गावी गुरुवारच्या बाजारात इंदुरीकरांसह शंकर शिवणेकर यांच्या तमाशाची दवंडी व्हायची. कसेही करून तिकिटाकरता लागणारे चार आणे जमवायचो, इंदुरीकरांचा तमाशा म्हणजे विनोदाची मेजवानी. त्यांचा तमाशा तसा भपकेबाज नव्हता. साधा तंबू. वगातील राजा-राणीच्या अंगावर साधा ड्रेस. त्या मानाने त्या काळी दत्तोबा तांबे, खेडकर हे मातब्बर तमासगीर. सर्कशीमधे शोभेल असा जामानिमा. दत्तोबाच्या तमाशात तर ओळीने डझनभर नाचणारणी उभ्या. आकर्षक नेपथ्य. त्या दृष्टीने इंदुरीकरांचा तमाशा म्हणजे अतिशय साधा. पण तमाशाचा जुना बाज प्राणापलीकडे जपणारा. एकदा का गवळण सुरू झाली, हलगी - ढोलकीच्या जुगलबंदीनंतर मावशीच्या भूमिकेत इंदुरीकर स्टेजवर आले की, लोकांनी टाळी दिलीच म्हणून समजावी. त्यांची मावशी म्हणजे मनुष्य स्वभावाचा इरसाल नमुना. इंदुरीकर तसे हुकमी कलाकार. तमाशाचे बेअरिंग एकटे सांभाळणारे. सर्कशीतला विदूषक तसा दिसतो बावळट. अनेकदा कसरत करताना तो जाणूनबुजून चुका करतो. पण तो साऱ्या खेळात जसा वाकबगार, तसे इंदुरीकर. मध्येच ते सोंगाड्या

होतील. गळ्यात ढोलकी अडकवून एखादा सुरेख तोडा वाजवतील. स्टेजवर पुढे गाणे गात असताना त्यांच्या लक्षात आले की, मागे झील कमी पडतेय, तर ते लगेच झिलकऱ्यांत मिसळतील. मोठ्या ठसक्यात, ढाल्या सुरात झील ओढतील. वगात ते शिपाई होतील. राजाच्या गैरहजेरीत साऱ्या दरबाराला ताब्यात घेतील. तमाशातील राजा प्रजेवर जुलूम करू लागला म्हणजे हंटरचे फटके ओढतील. सत्याच्या बाजूने लढणारा आणि दुष्टांचे निर्दालन करणारा हा सामान्य शिपाई आपल्या अव्वल दर्जाच्या अभिनयाने प्रेक्षकांना जिंकत असतो.

त्यांचा त्या काळी हातखंडा वग म्हणजे 'मिठ्ठाराणी'. या वगाचे शेकड्यांनी प्रयोग झाले. 'गाढवाच्या लग्ना' मुळे अलीकडे पांढरपेशा समाजाला इंदुरीकरांचे नाव माहीत झाले. पण महाराष्ट्रातील खेड्यापाड्यातील पोरासोरांच्या तोंडी इंदुरीकरांचे नाव आधीच पोचले होते.

आजचे त्यांचे यश तसे भूतकाळाच्या काट्याकुट्यातून गेलेले. हालअपेष्टा त्यांच्या पाचवीलाच पुजलेल्या. ते पुणे जिल्ह्यातील इंदुरी गावचे. 'बामणा घरी लिव्हनं, कुणब्या घरी दाणं आणि महारा घरी गाणं' या पूर्वीच्या म्हणीप्रमाणे नाळ कापल्याबरोबरच त्यांचा गाण्याशी संबंध आलेला. त्या काळी महारांच्या घराघरातून ढोलकी आणि तुणतुणे खुंटीला अडकवलेले. तशात त्यांचे वडील तमासगीर. सातवीपर्यंत इंदुरीकर शिकले. मास्तर होण्याचे त्यांचे स्वप्न होते. घरची गरिबी. त्यामुळे मुंबईत काचकारखान्यात चार आणे मजुरीवर त्यांना राबावे लागे. तरीपण केवळ पोट भरणे एवढेच काही त्यांचे ध्येय नव्हते. त्यांच्यातला कलावंत त्यांना स्वस्थ बसू देईना. दिवसा फॅक्टरीत काम करावे- रात्री पिला हाऊसला तमाशा करावा, असे त्यांचे आयुष्य चालले. यात्रेत नाममात्र बिदागीवर ते तमाशा करायचे. एकदा सातारा जिल्ह्यात पाली येथे खंडोबाच्या जत्रेत त्यांचा तंबू माथेफिरू लोकांनी जाळला. पै-पैसा जमा करून त्यांनी फड उभा केला.

'गाढवाचे लग्न' या वगनाट्याने ते महाराष्ट्रात खूपच प्रसिद्धीच्या झगमगाटात आले. 'गाढवाचे लग्न' पूर्वी ते खेड्यापाड्यातून 'सावळ्या कुंभार' या नावाने करीत. पन्नास वर्षांपूर्वी हरिभाऊ वडगावकर या दलित तमासगिराने हा वग लिहिलेला. 'स्वर्गातील सारे देव रंडीबाज आहेत', किंवा राजाला उद्देशून सावळ्या बोलतो, 'अरे ये हलकटा, एवढा मोठा राजा; तुझ्याजवळ तंबाखूचा विडा नाही?' वगैरे आक्रमक वाक्यामुळे जुन्या काळी हा वग चालायचा नाही. ही माहिती इंदुरीकरांनीच एकदा पुरवलेली. अलिशान थिएटरमध्ये इंदुरीकर आले म्हणून त्यांच्या आर्थिक परिस्थितीत बदल झाला असेल असे जर कुणास वाटत असेल, तर ती चूक आहे. गाढवाच्या लग्नाच्या कमाईची सारी मलई कॉंट्रॅक्टरच्या घशात जात होती. दादोबा कॉंट्रॅक्टरकडे महिना तीनशे रुपये पगारावर होते. (मराठी रंगभूमीवरच्या नटाला किती रुपये

नाईटला मिळतात, याचा जरूर शोध घेतला जावा.) सारा तमाशा असा कॉंट्रॅक्टरकडे गहाण पडलेला. जाहिरीती कशा कराव्यात, थिएटर बुक कसे करावे, तमासगिरांचा पोटाचा गाडा चालवावा कसा, या भ्रांतीतूनच असे परावलंबी जीवन दादोबांच्या वाट्याला आले असावे. दादा कोंडक्यांचा अभिनय म्हणजे इंदुरीकरांची सही सही नक्कल. विजेसारखी शरीराची हालचाल, बोलण्याची लकब, धोतराचा सोगा धरून तुरूतुरू पळणे या साऱ्याच इंदुरीकरांच्या लकबी कोंडक्यांच्या अभिनयातून जाणवतात. पण कोंडक्यांनी काही लाखाची माया जमवावी आणि इंदुरीकर कोरडे राहावेत त्याचे कमालीचे वैषम्य वाटते. हा कलावंत हा देश सोडून दुसरीकडे जन्माला आला असता तर, किंवा ज्या जातीत जन्माला आला त्यापेक्षा सवर्ण जातीत जन्माला आला असता तर? मनाला कातरणारी ती शोकांतिका दिसली असती काय?

इंदुरीकरांबरोबर अनेकदा जवळून गप्पा झाल्या. बोलत असताना त्यांची सारखी दोन रूपे दिसायची. नको तेवढे विनयशील. सतत हात जोडणारे. वाटायचे, या माणसाला पाठीचा कणा आहे की नाही? कोण बरे याला असे बुळबुळीत करते? दुसरे स्वरूप दिसायचे ते स्टेजवरचे. दादोबा खरे जिवंत दिसायचे ते तिथे. त्यांच्या साऱ्या तृप्त जाणिवा स्टेजवर विकसित होत. त्यांचे हे रूप डोळ्यांत साठवावेसे वाटायचे.

अनेकदा मी असाच लालबागच्या हनुमान थिएटरवर त्यांना भेटावयास गेलो. वेळ संध्याकाळची होती. हॉलमध्ये झोपले असतील अशी कुणीतरी माहिती पुरवतो. रात्रभर कामे केलेली कलावंत मंडळी झोपलेली असतात- तेही बाकड्याखाली. एकेकाचे चेहरे निरखीत मी पुढे जातो. इंदुरीकर झोपलेल्या अवस्थेत दिसतात. मराठी रंगभूमीचा हा एवढा मोठा चार्ली चाप्लीन याची झोपायची जागा अशी बाकड्याखाली. मला धक्का बसतो. असंख्य रसिकांची मने आनंदाने रिझवणारा हा कलावंत. आत्महत्या करावयास निघालेल्या माणसाने इंदुरीकरांचा खळाळता विनोद ऐकावा आणि हसत घरी जावे, असा हा गुणी कलावंत वळचणीला झोपावा, याचे वैषम्य वाटले होते.

अगदी अलीकडे ते कोहिनूर मिलच्या गेटवर भेटले होते. तिथे ते कामाला होते. समाजाने पुन्हा इंदुरीकरांना त्यांची मूळची जागा दाखवली होती.

◆

रसीदी टिकटं

मुलगा आणि आईचा संवाद. मुलगा वयाने तेरा वर्षांचा. मुलगा आईला विचारतोय 'आई, एक गोष्ट विचारू? खरं सांगशील?'

'हं.'

'खरच का मी साहिर अंकलचा मुलगा आहे?'

'नाही.'

'पण, असेल तर सांग ना! मला साहिर अंकल खूपच आवडतात.'

'मलाही आवडतात. पण हे खरं असतं तर मी नक्कीच तुला सारं सांगितलं असतं.'

वर नमूद केलेला संवाद हा काही पुराणातील 'सत्यकाम-जाबाली' या माय-लेकरात घडला नाही, तर सुप्रसिद्ध लेखिका अमृता प्रीतम यांच्या हिंदीत प्रसिद्ध झालेल्या आत्मचरित्रात्मक पुस्तकातून घेतलेला आहे. अमृता प्रीतम यांनी आपले आत्मचरित्र लिहिताना नेहमीचा आत्मचरित्राचा ढाचा स्वीकारला नाही, तर आपल्या आयुष्यातील आठवणी, वेळोवेळी लिहिलेल्या डायरीतील काही पाने, घरातील वरवर दिसत असलेल्या निर्जीव वस्तू आणि वेळोवेळी पडत गेलेली स्वप्ने, आपल्या आयुष्यातील कडवट घटना केवळ न उगाळता, त्यांच्या खोलात जाऊन जीवनाचा अर्थ शोधण्याची धडपड इ. विविध पैलूंमुळे हे आत्मचरित्र वाचताना अनेकदा घुसमट होते.

भारतीय परंपरेत शिष्टाचार-सदाचार किंवा नीतिमूल्यांच्या तथाकथित मुखवट्यामुळे माणसे चारचौघांत बोलायला बिचकतात. घरात, दारात, समाजात, व्यासपीठावर कसे बोलायचे याकरता वेगवेगळे आडाखे बांधलेल्या भारतीय समाजात अमृता प्रीतम-तीही स्त्री की, जी व्यवस्थेनेच ढोल आणि पशूसारखी 'ताडन की अधिकारी' बनवलीय,

तिनेच आपल्या आत्मचरित्रात विद्रोही आकांत करावा, याचे कमालीचे अप्रूप वाटले. 'रसिदी टिकट' म्हणजे रेव्हेन्यू स्टँप, या संदर्भात पुस्तकाच्या सुरुवातीलाच काही ओळी येतात. एक दिन खुशवन्तसिंहने बातों बातोंमें कहा, 'तेरी जीवनी का क्या है, बस एक आध हादसा। लिखने लगो तो रसिदी टिकट की पीठ पर लिखा जाए। रसिदी टिकट शायद इसलिए कहा कि बाकी टिकटों का साइज बदलता रहता है, पर रसिदी टिकट का वही छोटा सा रहता है।'

आपले सर्वच लेखन अनौरस संततीसारखे आहे, असे धीटपणे त्या नमूद करतात.

अमृता प्रीतम यांच्या आयुष्याचा तसा सरळ आलेख या पुस्तकातून मिळत नाही. तुकड्या तुकड्यांनी, संवादातून तो आपणास जोडून घ्यावा लागतो. या पंजाबी-शीख धर्माचे संस्कार त्यांच्यावर लहान वयात झालेले. आई-वडील शिक्षक. पण वडील गृहस्थाश्रमात येण्यापूर्वी नंद साधू होते. साधूच्या वेषात असतानाच त्यांची अमृता यांच्या आईशी गाठ पडलेली. वैराग्यपेक्षा प्रीती बलवत्तर ठरते. धर्म संस्थेविरुद्धचा हा वडिलांचा सुप्त विद्रोह अमृता प्रीतम यांच्या रूपाने उघडच प्रगट होतो. पुस्तकात एक छोटीशी घटना अमृताने लिहिलेली आहे.

त्या वेळी ती लहान शाळकरी पोर असते. शीख धर्मात हिंदू-मुसलमान असा भेदभाव चालत आलेला. घरी कुणी मुसलमान आला तर त्याला वेगळ्या ग्लासातून पाणी दिले जायचे. त्यातही मुसलमानांना जो ग्लास दिला जायचा त्याच ग्लासातून हट्टाने ती पाणी घ्यायची.

घटना नोंदवून अमृता पुढे लिहितात की 'जिस से मैं इश्क करूंगी वह उसी मजहब का होगा जिस मजहब के लोगों के लिए घर के बरतन भी अलग रख दिये जाते थे!'

सदर लेखाच्या सुरवातीला साहिर अंकलचा जो उल्लेख आला आहे, त्या प्रियकराबद्दल अमृता प्रीतमने पुस्तकातील पानापानातून उत्कटतेने उल्लेख केला आहे. आणि हा साहिर दुसरा तिसरा कुणी नसून, सुप्रसिद्ध हिंदी कवी साहिर लुधियानवी आहे, याचा वाचकाला बोध होतो. अर्थात साहिर हा पुस्तकातील ॲण्टी हिरो म्हणता येईल. कारण ही प्रीत अधुरीच राहिली आहे. अमृता प्रीतम यांचे लग्न लहानपणीच झालेले असते. स्वतःच्या नवऱ्याबद्दल, त्याच्याशी घेतलेल्या घटस्फोटाबद्दल पुस्तकात लेखिकेने मौन पाळले आहे. सध्या इमराज या तरुण चित्रकाराबरोबर अमृता प्रीतम राहत असते आणि इमराज हा अमृतापेक्षा पाच-सहा वर्षांनी लहान आहे.

अमृताने ज्या उत्कटतेने स्त्री-पुरुषसंबंधाचा शोध घेतला आहे, तो शोध भोवतालचा समाज समजू शकत नाही. त्यामुळे अमृताबद्दल खोट्यानाट्या अफवांचे

पीक आलेले. अमृताने एका ठिकाणी लिहिलेले आहे, 'मी सतत लेखिकेच्या भूमिकेत असते. फक्त आयुष्यात तीन वेळा मी स्त्री आहे याची जाणीव उत्कटतेने झाली. पहिल्यांदा गरोदर असताना, दुसऱ्या वेळी साहिर आजारी असताना त्याची सेवा करताना आणि तिसऱ्या वेळी इमराज चित्र काढत असतो, मी जवळ बसलेली. इमराजने काय करावे? ब्रशने लाल रंगाची बिंदी माझ्या कपाळावर लावली.'

माणसामाणसाच्या नात्यातला संबंध तपासताना अमृता अशी कवितेच्या मूडसारखी जेव्हा लिहू लागते, तेव्हा समाज आपल्यासंबंधी नेमका कोणता विचार करतो, याचा ती फारसा विचार करत नाही.

लेखिकेने एक घटना नोंदवली. भारतीय लेखकांचे एक डेलिगेशन रशियाला जाणार असते. अमृता प्रीतमलाही निमंत्रण असते. पण पंजाबी लेखक विरोध करतात. त्यांचे म्हणणे, अमृता प्रीतम जर येणार असतील, तर आमच्या बायका आम्हाला जाऊ देणार नाहीत. सदर घटना ही कोणत्याही स्त्रीला आयुष्यातून उठवणारी. पण सदर घटनेचे विष अमृता प्रीतमच पचवू जाणे. अर्थात ती निग्रहाने डेलिगेशनबरोबर जात नाही.

पण आयुष्यात वाट्याला आलेल्या कडवट घटना कितीही विसरावयाच्या ठरवल्या तरी विसरता येत नाहीत. आपल्या कलाकृतीच्या माध्यमातून त्या वेदनेला तोंड फुटते. अशा वेळी प्रांत, भाषा, देश, धर्म या भिंती स्वतंत्र व्यक्तिमत्त्व कोंडून ठेवू शकत नाहीत. हे निर्भय मत परंपरेपासून अलविदा म्हणून निरोप घेते आणि मुक्त कंठाने गाऊ लागते.

आज मैने अपने घर का नंबर मिटाया है
और गली के सिरे पर लगा गली का नाम हटाया है.
और सडक दिशा का नाम पोंछ दिया है;
पर अगर तुम्हें मुझसे जरूर मिलना है,
तो हर देश, हर शहर की हर गली का दरवाजा खटखटाओ.
यह एक शाप है, एक वरदान है
और जहाँ भी स्वतंत्र रूह की झलक पडे
समझना वह मेरा घर है!

◆

विटाळ

काही घटना विसरायच्या ठरवल्या तरी विसरता येत नाहीत. वेगवेगळ्या स्थळी अथवा काळी घडल्या तरी त्यांना सलग क्रमाने आकार येतो. नको म्हटल्या तरी सारखा पिच्छा पुरवतात. उत्तर भारतात पाटणाच्या दिशेने प्रवास करीत होतो. सोबत काही लेखकमित्र. गाडी कुठल्या तरी स्टेशनात थांबलेली. फलाटावर विशेष गर्दी नाही. आमचा डबाही जवळजवळ मोकळाच. अशा वेळी साठ-सत्तर वर्षांची एक म्हातारी चाचपडत डब्यात चढते. म्हातारी दोन्ही डोळ्यांनी ठार आंधळी असते. तिच्या केसांच्या अंबड्या झालेल्या. अंगावर फाटलेली, मळकी साडी. गळ्यात रुद्राक्षाची माळ. काखोटीला छोटेसे गाठोडे. बहुधा एखाद्या तीर्थस्थानाला चालली असावी असा तर्क.

ती मिचमिच्या डोळ्यांनी पाहत असतानाच डब्यात एक झाडूकाम करणारा कामगार चढला. असेल वीस-पंचवीस वर्षांचा नि चांगलाच उजळ. घारोळ्या डोळ्यांचा. स्वच्छ युनिफार्म घातलेला. आल्या आल्या तो डबा झाडण्यास सुरवात करतो. झाडण्याच्या आवाजाने म्हातारी सावरून बसते. बसल्या जागेवरूनच ओरडू लागते. 'देख, छुना नहीं.' जसा जसा झाडण्याचा आवाज जवळ येऊ लागला, तशी ती म्हातारी कोकलत होती, 'छुना नही.' सारे प्रवासी म्हातारीचा आविर्भाव पाहून एव्हाना हसू लागलेले. प्रवाशांपैकीचे कुणीतरी म्हातारीला उद्देशून म्हणाले, 'माँजी जाने दिजिये. जगजीवनराम बाबूका आदमी है।' म्हातारी आता झाडणाऱ्या पोऱ्याबरोबरच जगजीवनराम यांचाही उद्धार करू लगते.

'धर्म राहिला नाही, सारा भ्रष्टाचार माजलाय,' तिचे पालुपद. झाडणाऱ्या कामगाराचा आता पारा चढलेला. काही न बोलता त्याने म्हातारीला दोन्ही हातांनी बाजूला केले आणि काही झालेच नाही, अशा आविर्भावात तो झाडू घेऊन फलाटावर उतरला.

आता गाडी चालू झालेली. आम्ही म्हातारीकडे बघतो तो ती मोठमोठ्याने गळा काढू लागलेली. आंघोळीला आता पाणी कुठे मिळेल, ही तिची तक्रार. तिने पुढच्या क्षणाला जे कृत्य केले हे पाहून तर आम्ही सर्वच थक्क झालो. आपल्या जवळील दशम्यांचे गाठोडे चालत्या गाडीच्या खिडकीतून तिने दूरवर भिरकावून दिलेले. गंगेत स्नान केल्यानंतरच ती अन्नाला शिवणार होती.

झाडू मारणारा रेल्वेतील कामगार काय किंवा देशाचे भावी पंतप्रधान जगजीवनराम बाबू काय, म्हातारीच्या दृष्टीने हे दोघेही अछूतच आहेत. येथे का कुणास ठाऊक, त्या म्हातारीबद्दल मला कमालीची सहानुभूतीच वाटते. संताप व्यक्त करायचाच असेल तर ज्या धर्माने, कर्मकांडांनी, व्रतवैकल्यांनी तिच्या मेंदूचा ताबा घेतला, त्यावरच करावा लागेल. म्हातारी अडाणी होती; तिची कीव करावी तेवढी थोडी आहे. पण वाराणसीला जगजीवनराम बाबू यानी संपूर्णानंदाच्या पुतळयाचे उद्‌घाटन केले, म्हणून तेथील सनातनी हिंदू मंडळींनी गोमूत्राने पुतळ्याचे शुद्धीकरण करून घेतले. याला तुम्ही काय म्हणणार? ही तर सर्व माणसे शिकलीसवरलेली होती; घटना कोळून प्यायलेली होती. उद्या हीच मंडळी जगजीवनराम यांना खरेच का देशाचे पंतप्रधान होऊ देतील? कॅन्सरच्या जंतूंसारखे हाडीमाशी खिळलेले हे जंतू कुठल्या क्रांतिप्रवण फवाऱ्याने मरतील बरे!

मुंबईसारख्या शहरात आपण अनेक उत्तर भारतीयांचे जथे पाहत असतो. दक्षिणेतील साऱ्याच मंडळींस आपण 'मद्रासी' संबोधत असतो. तसे उत्तर भारतीयांना 'भैया' या नावाने पुकारतो. 'दूध कोण देतो तर 'भैया' दूध देतो,' हा विनोद तर सर्रास सांगितला जातो. पण दूध देणारा भैया हा कोणत्या जातीचा असतो, तोच का दूध विकतो, चणे विकणाऱ्या भैयाला या शहरात दूध विकता येणार नाही का, असले प्रश्न शहरात कुणाला पडत नसतील! हा प्रश्न होऊ शकतो का, म्हणून विचारवंत हसतीलसुद्धा!

सर्व माणसे इथूनतिथून सारखी, असे बाकीच्यांसारखे मलाही एके काळी वाटत होते. पण मी ज्या कार्यालयात गेली काही वर्षे काम करतो, तेथे 'पाशी' या अछूत जातीचा कारकून माझ्या ओळखीचा आहे. त्यांनी मुंबईतील उत्तर भारतीयांची जी माहिती दिली ती ऐकून मी कमालीचा अस्वस्थ झालो. उत्तर भारतातील 'पाशी' ही एक उपेक्षित जात. महाराष्ट्रात एके काळी गुन्हेगार जमाती म्हणून ठरलेल्या अस्पृश्यातील काही जातींना जशी पोलिस स्टेशनवर जाऊन हजेरी द्यावी लागत असे, तशी 'पाशी' जातीवाल्यांना जुन्या काळी हजेरी होती. मुंबईतील या जातीतील मंडळींना केव्हाच दूध विकता येत नाही; त्यांना पानाचे दुकान काढता येत नाही, त्यांनी शहरात निकृष्ट कामे करावयाची, असा आजही दंडक आहे. मी कुणाच्याही दुकानातून पान घेऊ शकतो. तो पाशी आहे की सवर्ण आहे, मी काही विचारीत नाही.

या माझ्या प्रश्नावर तो उदास हसला. म्हणाला 'मुंबईतही ठाकूर, क्षत्रियांच्या कडक पंचायती आहेत. ते आमच्यावर सक्त पहारा ठेवतात. जर आम्ही कधी काळी व्यवसाय बदलला आणि आपल्यातील बुजुर्ग सामंती वर्गातील पुढाऱ्यांना समजले तर, आमच्या गावच्या माणसांना बेदम मारले जाते, बहिष्कार टाकला जातो, आमची मालमत्ता लुटली जाते.

आपल्याकडे मात्र थोडासा वेगळा प्रकार आहे. हा महाराष्ट्र ज्योतीबा फुले, आगरकर, शाहू, आंबेडकरांचा म्हणून आपणास केवढा बरे अभिमान! शंभर-दीडशे वर्षे येथे प्रबोधनाची चळवळ चालली. देव जसा दिसत नाही, तसा महाराष्ट्रातील जातिवाद प्रकट दिसत नाही. तो सूक्ष्म रूपाने वावरतो. डॉ. बाबासाहेब आंबेडकरांबद्दल आमच्या मनात कमालीचा आदर आहे. त्यांचे वेगळे स्मारक अवश्य करा; पण मराठवाड्याची अस्मिता डिवचू नका. दलितांवर अन्याय अत्याचार होतो याची कारणे म्हणजे दलित पँथरची भडक भाषणे, आमच्या देवादिकांची ते करीत असलेली निर्भर्त्सना किंवा दलित ही लाडावलेली जात आहे, त्यांचे लाड सरकार करते. पण समाजातील मेरिटचे काय! मेरिट नसणारे दलित डॉक्टर उद्या रोग्यांचे निष्काळजीपणे पोट फाडतील त्याचे काय! किंवा रेल्वेत अपघात जादा होतात त्याचे कारण म्हणजे जगजीवनराम रेल्वेमंत्री असताना त्यानी दलितांची केलेली बेसुमार भरती ! एकंदरीत काय, तर तुम्ही आम्ही एक; पण कठड्याला हात लावू नका.

तेव्हा मेमटा घेई चिमटा आणि भल्याभल्यांचा बोभाटा. हा चिमटाही बोभाट्याएवढाच वेदना देणारा आहे. या अदृश्य विटाळाचाही शोध घेतला जावा.

◆

काळाराम

लहानपणी शाळेत असताना कवी चंद्रशेखर यांची 'गोदा गौरव' नावाची कविता अभ्यासक्रमात वाचलेली. गोदावरी नदीचे मोठे हृदयंगम चित्र कवितेत रेखाटलेले. तेव्हापासून गोदावरी पाहावी, तिचे पारदर्शक आरस्पानी सौंदर्य मनात साठवावे, असे बालमनाला वाटत असते आणि मग एकदा नाशिकला जाऊन गोदावरीचे दर्शन घेतले. मनाचा खूपच हिरमोड झाला. गोदावरी पाहिली नसती तर बरे झाले असते, असेही वाटून गेले. नदीला खांडडोह पडलेले. पाण्याला दुर्गंधी येत असलेली. पाण्यावर विष्टाही तरंगत होती आणि मग वाटले, कवी चंद्रशेखर यांना गोदावरीचे अप्रतिम लावण्य कुठे बरे दिसले असावे? गोदावरीच्या पाण्यापेक्षा याच नदीच्या काठी डॉ. बाबासाहेब आंबेडकरांनी काळाराम सत्याग्रह केला, त्याचेच अप्रूप वाटले होते. काळाराम सत्याग्रहाला आज पन्नास वर्षे झाली. २ मार्च १९३० चा तो दिवस होता. माझ्या जन्माच्याही आधीचा तो काळ. सापाने कात टाकावी तशी आंबेडकरी चळवळ सळसळत होती. खडकालाही टक्कर देण्याची तिच्यात धमक होती. आईच्या गर्भात असल्यापासूनच हा सारा स्फूर्तिदायक इतिहास मणामणाच्या रूढींच्या बेड्या तोडीत होता.

बाबासाहेब आपल्या अर्थपूर्ण आणि विचारप्रवर्तक भाषणात म्हणाले होते, 'आम्हाला माहीत आहे, मंदिरात दगडाचा देव आहे. त्याचे दर्शन झाल्याने वा त्याची पूजा केल्याने आमचा प्रश्न सर्वस्वी सुटणार नाही. या मंदिरात आजपर्यंत कोट्यवधी माणसांनी येऊन देवाचे दर्शन घेतले असेल; पण त्या दर्शनाने त्या लोकांचा मूलभूत प्रश्न सुटला आहे, असे कोण म्हणेल? हे आम्ही जाणतो; पण केवळ आजचा आमचा सत्याग्रह हा हिंदूंच्या मनात बदल घडवून आणण्याचा प्रयत्न आहे. विशिष्ट तात्त्विक भूमिकेने आम्ही आज सत्याग्रहाचे पाऊल टाकणार आहोत......'

आणि सत्याग्रह पूर्वनियोजित मार्गाने सनदशीर पद्धतीने सुरू झाला. काळा राम मंदिराचे चारही दरवाजे बंद झाले होते. चारही दरवाजांपाशी सत्याग्रहींच्या रांगाच्या रांगा सकाळपासून रात्रीपर्यंत अगदी शांतपणे बसलेल्या असत. पण दरवाजे लावल्यामुळे रोजच्या रोज रामाचे दर्शन घेणाऱ्या सनातन्यांना करमेनासे झाले. पुजाऱ्याच्या घराचा जो खासगी दरवाजा होता, त्या दरवाजातून त्यांनी रामाच्या मंदिरात प्रवेश करण्यास सुरवात केली. खासगी पुजाऱ्याच्या घरावरही सत्याग्रहींनी मोर्चा वळवला. रोजच सत्याग्रही स्त्री-पुरुषांना अटक होत होती. त्याच दरम्यान रामनवमी आली. नाशिकला हजारो यात्रेकरू आलेले बघताच देवाचे दरवाजे बंद. शेवटी सत्याग्रहाचे नेते आणि गावची मंडळी यांच्या सल्ल्याने एक करार झाला. देवाचा रथ दोघांनी मिळून ओढण्याचा ठराव झाला. सनातनी मंडळींनी जिभेने करार केले; पण त्यांच्या पोटात दुसरेच हलाहल उसळत होते. ओठात एक व पोटात दुसरेच, असा त्यांचा कावा होता. स्पृश्य मंडळींनी रथ ओढण्याचा दोर मधे धरण्यास अस्पृश्य मंडळींना मुळीच जागा मिळू नये, ही तर त्यांची योजना होतीच. शिवाय अगोदर ठरल्याप्रमाणे स्पृश्य मंडळींनी रथ मंदिराच्या जवळ उभा न करता, तसाच तो पुढे ओढीत पळवला. त्यामुळे सत्याग्रहींची आणि सनातन्यांची धक्काबुक्की झाली. काही सत्याग्रही रथावर चढले. पुजाऱ्यांच्या जागी विराजमान झाले आणि देवावर चौऱ्या ढाळू लागले. या वेळी सत्याग्रहींवर चोहो बाजूंनी दगडाचा वर्षाव झाला. काठ्यादंडुकांनी सत्याग्रहींना मारपीट झाली. गुंडांचा रोख बाबासाहेबांवर होता. त्यांच्यावरही दगड पडत होते. अशा वेळी कद्रेकर यांनी त्यांच्या डोक्यावर छत्री धरली. छत्रीवर बदाबद दगड कोसळतच होते. कद्रेकर रक्ताने न्हाले. त्या वेळेच्या गव्हर्नरांना बाबासाहेबांनी लिहिले होते, 'झगड्याचे मूळ कारण बहुसंख्य स्पृश्य हिंदू पोलिस,हेच खरं होतं. रथाचे दोर पकडण्याची धडपड करीत असलेल्या अस्पृश्य मंडळींवर पोलिसांनी हल्ल्यास सुरवात केली. स्पृश्य हिंदू मंडळींची बाजू घेऊन पोलिसांनीच प्रथम झगड्यास सुरवात केली.'

हा क्रांतिकारक सत्याग्रह काही एका दिवसापुरताच मर्यादित नव्हता. ३ मार्च १९३० पासून सुरू झालेला सत्याग्रह १९३४-३५ सालापर्यंत चालू होता. केवळ रामाचे देऊळ खुले व्हावे एवढाच मर्यादित अर्थ या सत्याग्रहाला नव्हता, तर गोदावरी नदीच्या पात्रात रामकुंड, लक्ष्मणकुंड, सीतामाई कुंड अशी कुंडे आहेत. या कुंडांत अस्पृश्यांना प्रवेश नसायचा. अस्पृश्य महार आदींसाठी सर्व कुंडांच्या खाली घाण पाण्याचे वेगळे महारकुंड आहे. वरील कुंडातून घाण, गढूळ होऊन आलेले पाणी या महारकुंडात येते आणि तेथेच अस्पृश्यांनी स्नान करावे, असा पेशवेकालीन नियम पाण्याच्या कुंडाच्या बाबतीत आहे. हिंदूंच्या पवित्र कुंडात स्नान करण्याचा हक्क बजावण्याकरिता अनेक सत्याग्रहींच्या रक्ताने कुंडातील पाणी रक्तरंजित झाले, त्या

वेळची स्वातंत्र्यलढ्याची रणशिंगे फुंकणारी मराठी वर्तमानपत्रे कोणती बरे भूमिका घेत होती? पुण्याच्या 'केसरी'मध्ये या संदर्भात आलेली बातमी विषण्ण करणारी आहे. बातमीत म्हटले आहे, 'इकडे पोलीस खर्चाकरिता यात्रेकरूवर एक आणा कर जास्त बसवा, हा तगादा आहेच. यात्रा तर अगदी बंद आहे. या सत्याग्रहींची तऱ्हाच अशी आहे, की ७-८ सत्याग्रही, त्याच्यामागे जिल्हाधिकारी व त्याच्यामागे शेकडो पोलीस व त्याला विरोधी हजारो. या सत्याग्रहामुळे शहराचे सगळे कारभार बंद पडल्यासारखे झाले आहेत. ज्या सरकारला मशिदीसमोरून हिंदूंच्या कोणत्याही मिरवणुकीची वाद्ये वाजवू देणे धोक्याचे वाटते किंवा मुसलमान मिरवणूक चालली असता हिंदूंच्याच देवळाचे दरवाजे बंद करता येतात, त्या सरकारला हा सत्याग्रह बंद पाडता येऊ नये, याचे आश्चर्य वाटते. किंवा सरकारने यातून अंग काढून घ्यावे व तसे जाहीर करावे, म्हणजे हा सत्याग्रह चालत नाही, मंदिरही पडत नाही. १४४ कलमाची जरूरही राहत नाही आणि शहरावरचेही संकट टळणार नाही.'

पन्नास वर्षांपूर्वी घडलेल्या या समतेच्या संघर्षाचा हा त्रोटक इतिहास. गेल्या पन्नास वर्षांत जाणिवेच्या पातळीवर- भारतीय पातळीवर हिंदू मन खरेच का बदलले आहे, हा संशोधनाचा विषय. या वेळी पन्नास वर्षांपूर्वीच्या घटनेची आठवण म्हणून दलित मंडळींनी नाशिक येथे भव्य मिरवणूक काढली होती. या मिरवणुकीला काळा राम मंदिराचे विश्वस्त सामोरे गेले होते. आज मंदिर किंवा सहभोजन, हॉटेलात प्रवेश इ. थातुरमातुर प्रश्नांत दलितांनाच रस नाही. त्यांचे आजचे प्रश्न भिन्न आहेत. त्या प्रश्नांची मात्र काळा राम सत्याग्रहाच्या वेळेसारखीच कोंडी होत आहे. नंतर पन्नास वर्षांनी डॉ. बाबासाहेब आंबेडकरांच्या नावावरून मराठवाड्यात एवढे मोठे हत्याकांड झाले, मानवता गाडली गेली, या गोष्टीचे असेच कुणीतरी चित्रण करील आणि मग त्या वेळचे वाचक म्हणतील, 'काय आमचे पूर्वज एवढे मूर्ख होते?' एकूण काय, दुकान तेच; पण आम्ही नुस्त्या पाट्या बदलत चालला आहोत. आमूलाग्र परिवर्तन कुणालाच नको असते! त्या वेळेचे तथाकथित पुरोगामी दलितांचे असेच मानभावी पद्धतीने स्वागत करतील.

◆

आय. क्यू.

माणसांची बुद्धिमता ही वंश किंवा जात यावर अवलंबून असते, असे जर कुणी सांगितले तर आज यावर कुणाचा विश्वास बसेल? पण समाजातील या जाणिवा नकळत पोसल्या जात आहेत. पाश्चिमात्य जगतात विज्ञानाचाच आश्रय घेऊन आय.क्यू. किंवा बुद्ध्यंक काढण्याचे तंत्र मान्य झाले. या बुद्धिपरीक्षणाच्या मानदंडासाठी व्यक्तीच्या पुढे व्यवहारातील वेगवेगळी मॉडेल ठेवली जातात आणि माणसाचा बुद्ध्यंक ठरवला जातो. माणसाचे आयुष्य वाढले तरी माणसाचा बुद्ध्यंक बदलत नाही, असे सांगितले जाते. या माणसाच्या बुद्धीच्या मापनात एक धोकादायक बाब अशी, की माणसाची बुद्धी किंवा आय. क्यू हा वांशिक गुण आहे, आणि हे समाजात बिंबवण्यात आईसेंकसारखे पाश्चिमात्य विचारवंत आघाडीवर आहेत. त्यांचे म्हणणे असे, की गरिबीतून वर आलेल्या मुलाचा आय.क्यू. हा श्रीमंत घराण्यातील मुलापेक्षा कमी असतो. त्यांचे म्हणणे एवढेच नाही, तर काळ्यांचा (निग्रो) आय.क्यू. हा गोऱ्या रंगाच्या मुलांपेक्षा कमी असतो. याचा अर्थच असा, की गोऱ्यांना काळ्यांवर राज्य करण्याचा अधिकार आहे. म्हणून की काय, गोऱ्यांना आणि काळ्यांना वेगवेगळ्या शाळेत ठेवले जाते. या तथाकथित बुद्धिपरीक्षणाच्या आधारावर वरच्या दर्जाच्या नोकऱ्या बुद्धिमान गोऱ्यांकरता राखीव ठेवल्या जातात, आणि काळे हबशी यांना कष्टांची, घाण साफ करण्याची, अशी कामे दिली जातात.

आजवर चालत आलेल्या या परंपरागत मानसिकतेला खरा धक्का अलीकडे एक अमेरिकन वैज्ञानिक स्टीफेन रोज यांनी दिला आहे. त्यांचे म्हणणे असे, की बुद्धिमत्ता ही कधीच वांशिक अथवा वडिलोपार्जित नसते. ज्या पद्धतीने आजवर आय. क्यू. काढला ती पद्धतच मुळात चुकीची आहे. शाळेतले पाठांतर किंवा शहरी बोलघेवडेपणा यावर आय.क्यू. न ठरवता, झोपडीच्या बाहेर उघड्यावर चूल पेटवून दाखवणे किंवा लहान

रडत्या भावंडाला कडेवर घेऊन त्याचे रडे थांबवणे, या जर आय. क्यू. च्या कसोट्या असत्या तर कितीशा सुखवस्तू घरातील मुलांना शाळेत प्रवेश मिळाला असता?

पाश्चात्त्य जगातील विचारवंतांनी जे प्रेम निर्माण केले आणि त्याची उत्तरे शोधण्याचा जो शास्त्रीय दृष्टिकोण स्वीकारला आहे, त्यात नाही म्हटले तरी आपल्याकडे हे प्रश्न धर्म, नीतिशास्त्र आणि जातीचा अहंकार यांमुळे जास्तच गुंतागुंतीचे झालेले आहेत. शिक्षण, सत्ता आणि प्रतिष्ठा यांत नकळत समाजातील मूठभरांची मालकी मान्य झाली. बाकीच्या लोकांना 'मेरिट नाही' हे शाबीत करण्यासाठी आजही नकळत वेगवेगळे आडाखे लावले जातात. 'मुकी मेंढरे कुणीही हाका' ही वृत्ती बळावत चाललेली. 'दलित डॉक्टरांमध्ये मेरिट नाही, त्यामुळे रोगी दगावयाचा' किंवा 'त्यांची भरती रेल्वेत जादा असल्यामुळे अपघात जादा होतात,' ही जी कुजबुज ऐकू येते, त्याची मीमांसा वांशिक अथवा जातीय अहंकारातच शोधावी लागेल. हे केवळ नोकरी-धंद्याबाबतच मत व्यक्त होते असे नाही, तर जेथे ज्ञानाची, साहित्याची कामे चालतात, तेथेही दलितांच्या बुद्धीसंबंधी शंका व्यक्त केली जाते. अर्थात हे वेगळ्या वळणाने व्यक्त केले जाते.

नुकतीच माझ्या हाती एक प्रश्नावली आली आहे. प्रश्नावली केवळ दलित लेखकांसाठी आहे. प्रश्नावली प्रसिद्ध केली आहे ती समाजशास्त्र विभाग, पुणे विद्यापीठ यांनी. त्यांतील एक प्रश्न असा- ब्राह्मणांची शुद्ध ज्ञानसाधनेची परंपरा ही कौतुकाची बाब आहे असे एक मत आहे, तुम्हास मान्य आहे?' अर्थात कुठल्याही बुद्धिवादी माणसास हे मत मान्य होणार नाही. त्यात माणसाची अस्मिता डिवचण्याचा एक सुप्त अहंकार आहे. समाजात परंपरागत मत चालत आल्यामुळेच प्रश्नकर्त्याला हा प्रश्न सुचला.

येथे एक व्यक्तिगत अनुभव नोंदवावासा वाटतो. प्रश्न विचारणारा मराठीतील एक मान्यता पावलेला लेखक होता. अनेक कादंबऱ्या आणि नाटके त्याच्या नावापुढे आहेत. प्रश्न विचारणाऱ्या लेखकाच्या मनात जातीय किंवा वांशिक अहंकार असेलच असे सांगता येत नाही. विचारलेला प्रश्न समजावून घेण्याचेही कुतूहल असेल. लेखकाचे म्हणणे असे, की दलित लेखकांच्या हातून विपुल, विविध पातळ्यांवरचे लेखन का बरे होत नसावे? याचे कारण देताना त्यांनी जे मत व्यक्त केले ते असे : संस्कृती आणि धर्म यांतील संपन्नता दलित लेखकांच्या वाट्याला येत नसावी. त्यामुळे त्या लेखकाला विपुल आणि विविध प्रकारचे लेखन जमत नसावे. मी वादासाठी अण्णा भाऊ साठे यांचे नाव पुढे केले. पण गंमत म्हणजे त्या लेखकास अण्णा भाऊ साठे लेखकच वाटत नव्हते. मराठीत एखादेच पुस्तक लिहून तुमच्या दृष्टीने चिरंतन झालेल्या लेखकांची नावे मी त्याच्यापुढे ठेवली. पण ही सारी त्यांना अपवाद वाटत होती. एकंदरीत काय, दलित लेखकांनी आपला आय. क्यू. कमी आहे असे मानावे, म्हणजे चर्चा बंद.

◆

मीरा दातार

'मुंबई गं नगरी, बडी बाँका ।
जशी रावणाची लंकास, वाजतो डंका चोहो मुलका ।
पाहिली मुंबई ऽ ऽ' अशा अर्थाची
पठ्ठे बापूरावांची लावणी आहे.

पठ्ठे बापूराव पारतंत्र्यात होते. त्यांना मुंबई रावणाच्या लंकेसारखी दिसली. पण स्वातंत्र्यात अण्णा भाऊ साठे यांना मुंबई वेगळी दिसली. ते मुंबईबद्दल लिहितात,

या मुंबईत गर्दी बेकारांची ।
त्यात भरती झाली माझी एकाची ।
मढ्यावर पडावी मूठभर माती ।
तशी गत झाली आमची!
ही मुंबई यंत्राची, तंत्राची, जगणारांची, मरणारांची,
शेंडीची, दाढीची, हडसनच्या गाडीची,
नायलॉनच्या आणि जार्जेटच्या साडीची ।
बुटांच्या जोडीची । पुस्तकांच्या थडीची ।
माडीवर माडीवर माडी । हिरव्या माडीची ।
पैदास इथे भलतीच चोरांची ।
भांडवलदारांची । पोटासाठी पाठ धरली होती
मी कामांची । पर्वा केली नाही उन्हाची,
थंडीची, पावसाची । पाण्यानं भरले दिवस माझं ।
वाण मला एका छत्रीची ।'

अशा या मुंबापुरीचं सर्व अंगांनी दर्शन आपल्याला झालं, असं कुणालाही

वाटेल. मलाही तसं वाटत होतं. पण एवढी वर्षं मुंबईत राहूनही सर्व मुंबई पाहिली, हे मात्र छातीवर हात ठेवून सांगता येणार नाही. असे काही उपेक्षित कोपरे या मुंबईत आहेत की, ते पाहिले म्हणजे कमालीचे हादरायला होते. नरक जर कोठे असेल तर तो इथेच असेही वाटायला लागते.

त्याचे असे झाले.....मागील सप्ताहात माझगावला गेलो होतो. अचानक कवी प्रल्हाद चेंदवणकर भेटला..... प्रल्हाद अनेक वर्षे माझगावात राहतो आणि तिथल्याच जहाज बांधण्याच्या गोदीत काम करतो. संध्याकाळची वेळ होती. इराणी हॉटेलात चहा पिता पिता वेळ जात नव्हता. तो अचानक म्हणाला, 'अरे, मीरा दातारला भेटतोस?'

मी त्याच्याकडे पाहतच राहतो. 'ही कोण नवी बाई?' असा माझ्या डोळ्यांतील भाव तो ओळखतो. तो हसतच म्हणतो, "अरे, ही काही कुणी बाई नाही आणि लेखिका तर नाहीच नाही. अरे, मीरा दातार हा दर्गा आहे. एका विद्रोही कवीने दर्ग्यात रस घ्यावा, हे कोडे मला सुटत नसते. तो सांगत असतो, 'अरे,देव म्हणून नाही सांगत. त्या दर्ग्यात काय चालतं, हे तू पाहायला हवंस."

माझ्यातील लेखक जागा झाला होता. मी निमूटपणे त्याच्या मागोमाग चालू लागलो. एका फर्लांगाच्या सफरीत जीवनाच्या किती तरी पैलूंचे दर्शन झाले. माझगाव आणि रे रोडच्या हद्दीवर हा दर्गा येतो. दर्ग्यापासून जवळचा भाऊचा धक्का. चेंदवणकर माझगावच्या गोदीत कामाला असल्यामुळे गोदीसंबंधी तो तऱ्हेतऱ्हेची माहिती पुरवत होता. आमच्या पुढ्यात आता समुद्राला लागून गोदीचा अवाढव्य कारभार दृष्टिपथात येत होता. इमारतीएवढ्या बोटी खेळण्यासारख्या विखुरल्या होत्या. चार-पाच माळ्याच्या उंचीएवढा लोखंडी सांगाडा दिसत होता. समुद्रात दडलेले तेल काढण्याकरिता या सांगाड्याचा उपयोग होणार असतो. काही कोटींचे हे काम होते. एवढा मोठा सांगाडा समुद्रात कसा ढकलत असतील, या माझ्या प्रश्नाला चेंदवणकर उत्तर देत असतो. काही हजार गोणी रेती आणि चार-पाच लाख रुपयांची चरबी या कामाकरता वापरली जाते.

हे ऐकून मी अवाक होत असतो. चार-पाच लाखांची चरबी पुरवणारी कंपनी मुंबईत उपलब्ध आहे, याचा मला नवा शोध लागतो. दारूगोळा ठासून झालेली विक्रांतसारखी बोट आणि शत्रूचा धुव्वा उडवून पुन्हा विसाव्याला येणाऱ्या विमानांचे तरंगते घर... सारा विज्ञानाचा चमत्कार पाहून, नाही म्हटले तरी आपल्या देशाबद्दल अभिमानच वाटू लागतो.

मी पुढे चालत जात दर्ग्याच्या भोवतालचा नरक पाहतो. एकच खाट बसेल अशा फुटपाथच्या कडेच्या झोपड्या, त्याखालून सांडपाणी वाहात असलेले, तेवढ्या जागेतही संसार मांडून जगणारी कुटुंबे. सर्वच कुटुंबे मुसलमानांची असतात. फुले,

ऊद, कापराची दुकाने, त्यात एखादे मटका आणि दारूचे झोपडे- जवळच असलेले सरकारी धान्याचे गुदाम... धान्य कुजल्यावर जसा वास येतो तसे गुदमरून टाकणारे वातावरण. थोड्याच वेळापूर्वी वाटलेला विज्ञानाचा आणि देशाचा माझा अभिमान गळून पडतो.

आता आम्ही दर्ग्याच्या दरवाजापाशी आलो. दर्ग्याची वास्तू तशी काही भव्य नसते. दर्गा तसा दिसायला खुजाच. आत जावे की जाऊ नये, या संभ्रमात मी. तसा कुठल्याही देवळात जात नाही. सर्वांसमोर तिथे कसे वागायचे हा प्रश्न पडत असतो. लोक भक्तिभावाने हात जोडतात. आपल्याला ते जमत नाही. शेवटी आत आहे तरी काय पाहावे, या उद्देशाने जायचे ठरवतो. चप्पल किंवा बूट सांभाळण्याकरिता दहा पैसे टॅक्स द्यावा लागतो. चप्पल बाहेरच ठेवावी लागली.

मघाचा धान्य कुजल्याचा कुजट वास आता मागे पडलेला आणि धुपाच्या उग्र वासाला सामोरे जावे लागले. काही फकीर आमच्यापुढे धूप पेटवलेले भांडे धरायचे. त्याच्या धुराने गुदमरायला व्हायचे. दर्ग्यात तशी चांगलीच गर्दी होती. एका गोष्टीचे नवल वाटत होते की, पुरुषांपेक्षा तिथे स्त्रियाच जादा होत्या. सुमारे नव्वद टक्के तरी. दर्ग्याच्या आतल्या फरशीवर कुणी बसले होते, तर कुणी उभ्यानेच दर्ग्याकडे पाहत पुटपुटत होते. त्यांच्या हावभावावरून बरेचसे मनोरुग्ण दिसत होते. एक दोघे चांगलेच किंचाळत होते. कुणी एखादा फरशीवर गडबडा लोळत होता. मी चेंदवणकरला म्हणालो, ''अरे, यात काय बघायचं? परत जाऊ या.'' तो म्हणाला, ''जरा थांब, बरोबर साडेसात वाजता नगारा होतो. त्या वेळचं दृश्य बघ.''

साडेसातला काही मिनिटे अवकाश होता. त्यामुळे आम्ही आतल्या बाजूला चक्कर टाकली. सर्व स्त्री-पुरुष आतुरतेने कुठल्यातरी दिव्य संदेशाची वाट पाहत आहेत, असे वाटत होते. सर्वांच्या नजरेत कमालीची उदासीनता. एका कोपऱ्यात पाच-पन्नास तरी स्त्रिया होत्या. आम्ही पिरापाशी गेलो, तेव्हा आमच्याही डोक्यावर मोराच्या पिसांचा झाडू मारला. जवळच्या पेट्यांत काही मंडळी दान टाकत होती, तर काही दंडात बांधायचे कडे विकत घेत होती. प्रत्येक कड्यापाठीमागे सव्वापाच रुपयांची पावती फाडावी लागत होती. महिन्यातून एकदा संदिलच्या वेळी कडे बदलायचे. जवळच एक धान्य तोलावे तसा तराजू होता. मीरा दातार पावला म्हणजे रोग्याच्या वजनाएवढा गूळ वाटला जातो असे सांगितले गेले. अशोक कुमार, दिलीप कुमार, सायराबानूसारख्या नटनट्या या बाबाला मानतात, असेही कुणीतरी कुजबुजत होते.

आणि एकदाची माईकवरून 'अल्ला हो अकबर' ची बांग होते. त्यानंतर नगारा वाजू लागतो आणि काय आश्चर्य! सारे स्त्री-पुरुष जोरजोरानी किंचाळू लागतात; काही गडबडा लोळतात. सारे रोगी सैतानाची शिकार आहेत आणि बाबापुढे सैतानाची

झाडाझडती होते! गंमत म्हणजे या जथ्यात सर्व जाती-धर्मांचे लोक असतात. गुजराती-पारशी आणि चिनीसुद्धा पेहरावावरून ओळखता आले. आपल्या शरीराचे हे रोगी जे हाल करून घेत होते, ते सारे दृश्य पाहवत नव्हते. केस सोडलेल्या, गोलाकार घुमणाऱ्या, कोलांट्या उड्या मारणाऱ्या स्त्रिया एक मात्र कमालीची दक्षता घेत होत्या. त्या तसल्या अवस्थेतही मांड्यावरील भाग उघडा पडू देत नव्हत्या. घुमणाऱ्या अवस्थेतही हा सैतान स्त्री-शरीराचे पावित्र्य राखतो, याचे नवल वाटत होते. आपली भारतीय परंपरा अशीच आहे. मुके राहतील; पण नंगे राहणार नाहीत! ◆

सेन्सॉरशिप समाजाची !

'**खा**नसाहब सलाम!'

सारिकेच्या १० ते २३ जूनच्या अंकात आपली 'किराये की खोखे' (भाड्याची कूस) ही कथा वाचली. ही कथा वाचून असे वाटते, की मुसलमानाच्या श्वासात अथवा विश्वासात धर्म असो अथवा समाज असो, तो केव्हाच राष्ट्रीय, साहित्यिक किंवा रसिक होऊ शकत नाही. त्यांच्या सर्वांगात कॅन्सरसारखे जंतू असतात. आपण या कथेत मोठ्या चतुराईने हिंदू धर्मावर आघात केला आहे. या देशाचे दुर्भाग्य किंवा आपल्या लोकांचे सौभाग्य की, हिंदू लेखकाची यापेक्षा दहा पटींनी कमी अश्लील कथा छापत नाहीत. निधर्मीपणाचा मुखवटा चेहऱ्यावर चढविण्याकरिता आपल्यासारख्याच्या शोधात मासिके असतात. हीच जर समांतर कथा असेल, फार कमी अंतर आहे समान होण्याकरिता, नागडे होण्याकरिता अथवा पागल होऊन नाचण्याकरिता. जर स्वतःच्या अनुभवविश्वाबद्दल एवढा अभिमान होता, तर मग मुस्लिम नावाचे पात्र का निवडले नाही? काय तुमच्या येथे पदर केवळ पवित्रच आहे काय?

पण आपले लोक तर चार धाम, चार बायका बाळगू शकतात. त्यांना हिंदू नारीला चार नवरे करून देण्यात आनंद वाटत असावा. शेवटी आपण आईबरोबर मुलाला झोपविले आहे. हे दृश्य लिहिल्याबद्दल आपण अभिनंदनास पात्र आहात. कारण हिंदू हे अनादिकालापासून नपुंसक आहेत, आणि मुसलमान पराक्रम दाखविण्यात सर्वांच्या पुढे आहेत.

भाषेचा उपयोगही असाच केला आहे.

आपला भोगलेला अनुभव जिहादकरिता आहे; धन्यवाद देण्याकरिता हात वर होत नाहीत, जोडले जात नाहीत; फक्त तोंडात थुंकी गोळा होते. पण कुणावर

थुंकायचं? आरोपी समोर नाही.

भारत सरकारने आता 'पद्मश्री' पासून ते 'भारतरत्न'पर्यंतच्या पदव्या समाप्त केल्या आहेत; नाहीतर आपणास 'भारतरत्न' पदवी मिळण्याकरिता मी पत्राने शिफारस केली असती. अजूनही ज्ञानपीठ पुरस्कार बाकी आहे आणि ते मिळविण्याकरिता ज्ञानाची आवश्यकता नाही; केवळ नंगेपण पाहिजे. फिराक गोरखपुरीसारख्या लौंडेबाज माणसास ज्ञानपीठ मिळत, तर आपल्यासारख्या रंडीबाजाला का मिळणार नाही?

शुभकामनासहित! एका नपुंसक देशात मी जन्माला आल्यामुळे आपणास धन्यवाद.

(सही अस्पष्ट)

आलमशाह खान या उदयपूरच्या हिंदी लेखकाला आलेले हे एक पत्र. मूळ पत्र हिंदीत आहे. 'दिनांक' च्या वाचकांना त्याचा मराठी अनुवाद येथे पेश केलेला आहे. मूळच्या हिंदी पत्रातील भाग अनुवाद करताना त्यात काडीचीही अतिशयोक्ती नाही. पत्रलेखकाचे नाव वाचता येऊ नये म्हणून सही गिचमीड केलेली. आलमशहाच्या एका कथेमुळे हे वादळ झाले. आलमशहाची चूक एवढीच, की तो मुसलमान धर्मात जन्माला आला. त्यामुळे आपल्या लेखनात हिंदू पात्राची नावे तो घेऊ शकत नाही, हा पत्रलेखकाचा दावा. हे पत्र केवळ एका व्यक्तीचे आहे म्हणून ते दृष्टीआड करून चालणार नाही, तर आपल्या भारतीय जनसमूहात ठायी ठायी ही प्रवृत्ती लपलेली. सर्व विश्वासाठी चैतन्यमय विचार करणारे हे हिंदू मन किती बरे क्षुद्र होऊ शकते? लेखकाच्या अभिव्यक्तीच्या संदर्भात काही मूलभूत प्रश्न येथे उपस्थित होतात. त्यात आलमशहा खानची बेचैनी लक्षात घेण्यासारखी. ते म्हणतात. 'धर्म, देश, आणि राष्ट्र यांचा ढालीसारखा वापर करून माझ्यातील लेखनस्वातंत्र्याच्या येथे मुसक्याच बांधल्या जातात. हिंदू, मुसलमान हा पात्रातील नावाचा बाऊ करून येथे लेखकाचीच अस्मिता मारली जाते.' ते पुढे असेही म्हणतात की 'भारतीय होण्यात मला गर्व वाटतो. भारतीय संस्कृती आणि सभ्यता या विषयावर माझा पीएच. डीचा थिसिस आहे. उदयपूर विश्व विद्यालयात मी हिंदीचा प्राध्यापक असून, हिंदी भाषा मला रोटी देते. केवळ कोणत्या तरी धर्माच्या अनुयायाची बदनामी करण्याकरिता मी हे लिहीत नाही, तर पिडल्या गेलेल्या मानवीय परिस्थितीचे दुःख वेशीवर टांगण्यासाठी आणि त्यांना या अवस्थेला पोहचविणाऱ्या शक्तीला नंगे करण्याकरिता मी लिहितो आहे. लेखनाचा आरसा मी टांगतो. ज्याला त्याला आपलाच चेहरा त्यात दिसतो, यात माझा काय दोष? एकंदरीत, आलमशहा खान यांचे वक्तव्य वाचून कुणीही त्यांच्या राष्ट्रीयतेवर शंका घेऊ नये.

आलमशहा खानचा मामला हा हिंदीपुरता मर्यादित आहे आणि मराठीत या संदर्भात फारच शुचिर्भूत वातावरण आहे, असे काही कुणी समजू नये. शासनामार्फत

वेळोवेळी जी सेन्सॉरशिपची कात्री लावली जाते, त्याविरुद्ध मराठी विचारवंतांकडून, राजकीय सांस्कृतिक संघटनांकडून विरोध केला जातो. मग ती सेन्सॉरशिप आणीबाणीतील असो, किंवा कालपरवा घडलेले शरद मंत्री यांच्या 'मेरिलिन-चार्ली- लोहिया' या कवितसंग्रहाबाबत असो. पण शासनाच्या सेन्सॉरशिपव्यतिरिक्त समाजाने नकळत धर्माची, नीतिमूल्यांची, जातीय अहंकाराची सेन्सॉरशिप मानलेली असते. विजय तेंडुलकर यांचे 'घाशीराम कोतवाल' हे नाटक उधळणे किंवा पुण्यातील पुरोगामी तरुणांनी घडविलेल्या गणपतीच्या विज्ञाननिष्ठ प्रदर्शनाची नासधूस करणे, हे या सेन्सॉरशिपमध्ये मोडते, याचे भान मात्र हवे तेवढे मराठी विचारवंत पत्रकारांना नसते. नकळत कळपात शिरायला बरे म्हणून अशा प्रसंगाकडे ते कानाडोळा करीत असतात, तेव्हा या प्रश्नाचे गांभीर्य त्यांना वाटत नसते. जेव्हा एखादा दलित लेखक कंठरवाने सांगत असतो, की 'समाजाने अनादी काळापासून आमच्यावर सेन्सॉरशिप लादलेली आहे.' अशा वेळी या त्याच्या वाक्याची खासगीत टवाळी केली जाते. काहींना सरकाधार्जिणेपणाचा वास येतो. अशा वेळी आपणच या देशात राष्ट्रीय कसे, असा त्यांना आश्चर्यजनक शोध लागत असतो. या वेळच्या 'वसंत'च्या दिवाळी अंकात 'विद्रोही कविता' यावर प्रा. श्री. के. क्षीरसागर यांचा लेख या दृष्टीने पाहण्यासारखा आहे. 'विद्रोही कविता हा दलित कवींचा एक प्रातिनिधिक संग्रह. प्रा. केशव मेश्राम यांनी तो संपादित केला आहे. 'यातील एकजात दलित कवींच्या कविता या देशद्रोहाने भरलेल्या आहेत. दलित कवी हे देशाचे दुष्मन आहेत' असा प्रा. क्षीरसागरांनी सूर लावला आहे. आता बोला ! म्हणजे या देशातील मुसलमान दलित हे देशाचे दुष्मन आणि देशभक्त कोण तर प्रा. क्षीरसागर आणि त्यांचा गोतावळा ! अर्थात प्रा. क्षीरसागर यांनी लेखात हातचलाखी केली आहे - त्यांचे म्हणणे असे की, डॉ. बाबासाहेब आंबेडकर हे खरे राष्ट्रभक्त होते. त्यांचा कित्ता दलित लेखकांनी गिरवायला हवा. (कालपरवापर्यंत प्रा. क्षीरसागर यांच्या गोतावळ्यानेच डॉ. बाबासाहेब आंबेडकरांना देशद्रोही ठरविले होते, याची आठवण होते) अर्थात आपल्या देशात समाजातील काही गटांना आपणच खरे राष्ट्रीय संस्कृतीचे रक्षक आहोत, अशी हाकाटी करावीशी वाटते आणि मग त्यांच्या दृष्टीने निधर्मी मूल्य मानणारी मंडळीही उद्या देशद्रोही होऊ शकतील. त्यांचा उद्या आलमखान झाला नाही, तर नवल कसले?

◆

इवो आंद्रिय

शक्यता आहे की,
मी तुला काही प्रश्न विचारू....
माझ्यात अनंत जिज्ञासा आहे.
पण मला माहीत आहे की
तू जर उत्तर देऊ लागलास,
तर मी बहिरा होईन.
तुझे समाधान मला काही देऊ शकणार नाही
जे काही शोधायचे आहे
आत्मसात करावयाचे आहे
जी काही घट-वाढ होणार आहे,
ती फक्त आपल्याच पद्धतीने.
आतल्या आत

युगोस्लावियाचे लेखक इवो आंद्रिय यांची ही कविता. इवो आंद्रिय यांना साहित्यातील नोबेल पुरस्कार मिळाले. इवो आंद्रिय या लेखकाने आपल्या आयुष्याचा काही काळ ज्या युगोस्लाव्हियातील 'यान्विक' शहरात घालवला, त्या शहराचा, तेथील लोकांच्या आणि लेखकांच्या काही स्मृतींचा रिपोर्ताज नुकताच माझ्या वाचनात आला आहे (सारिका). हा रिपोर्ट लिहिला आहे हिंदीतील प्रसिद्ध लेखक मणी मधुकर यांनी. 'विश्व कविता समारोह'मध्ये भाग घेण्याकरता ते युगोस्लाव्हिया येथे जाऊन आल होते. रिपोर्ट म्हटला म्हणजे कंटाळवाणा मजकूर अशी आपली कल्पना होण्याची शक्यता नाकारता येत नाही. एखादा ललित निबंध वाचताना हसत-खेळत लेखकाने एका गंभीर विषयाकडे न्यावे आणि विषयाचे गांभीर्य पाहून

थक्क व्हाव, अशी माझी अवस्था झाली.

लेखाची सुरवात मोठी गमतीदार आहे. लेखकाला दुभाषी म्हणून एक खुबसुरत तरुण मुलगी दिलेली असते. (सोबत लेखकाबरोबर तरुणीचेही छायाचित्र असते) बाहेर झिमझिम पाऊस पडत असतो. त्यात बर्फाळ वातावरण. आतल्या हॉलमध्ये लेखक आपापल्या देशातील गोष्टी सांगताहेत. लेखकमहाशय मात्र कंटाळलेले. ते बाहेर येऊन निसर्ग पाहत होते. दुभाषी तरुणी येऊन विचारते- 'मेरे साथ चलोगे?'

यावर लेखक उत्तरतात, 'तुम कहा जा रहो हो?'

त्यावर ती म्हणते 'लगता, हिंदुस्तान के लोग हर वक्त पूछताछ में ही लगे रहते है, करते-धरते कुछ नही'

यावर लेखक कडी करतात, 'हां, इस मामले मे वे बिल्कुल यान्विकवालों की तरह होते!.... से बिना अच्छी तरह अता-पता मालूम किये किसी लडकी के साथ कही जाना खतरेसे खाली नही.'

लेखक जसा यान्विक शहराबद्दल अनभिज्ञ असतो, तशी दुभाषी मुलगीही. त्यांना इवो आंद्रिय यांचे राहते घर शोधून काढायचे असते. यान्विक शहरवासीयांची एक मजेशीर प्रथा चालत आलेली. परदेशी व्यक्तींना बेवकूफ बनवणे, तेथे शुभ मानले जाते. त्यामुळे गावात त्यांना कुणीच नीट पत्ता सांगत नाहीत. रस्त्यावर काही मुले खेळत असतात. लेखक त्यांना काही भारतीय नाणी भेट देतो. दुभाषी त्यांना गोड बोलून पत्ता विचारते - मुलांनी दाखवलेल्या दिशेने ते चालू लागतात, तर त्यांना चुकीचा मार्ग दाखवल्याचे लक्षात येते. गुडगुडी पीत बसलेली एक म्हातारी या फसवाफसवीमागचे इंगित स्पष्ट करते. 'रास्ता अपने आप ढूंढो. यहां का कोई आदमी तुम्हे कुछ नही बतायेगा,' या म्हातारीच्या शब्दामुळेच लेखकाला इवो आंद्रियची कविता आठवते.

बरीच भटकंती केल्यानंतर त्यांना लेखकाचे घर मिळते. तेथील नगरपालिकेने 'राष्ट्रीय स्मारक' म्हणून त्याची निगा राखली होती. लेखक त्यांच्या काळात वापरत होता त्या साऱ्या वस्तू सांभाळल्या होत्या. त्यांचे हस्ताक्षर पाहायला मिळत होते. लेखक म्हणून प्रसिद्ध होण्यापूर्वी ते गावोगाव जाऊन आपल्या गोष्टी सांगत, तेव्हा एका रसिकाने त्यांना दिलेले ब्लँकेटही जपून ठेवण्यात आले होते.

संग्रहालयात ठेवलेल्या वस्तूपेक्षा लेखकाची खरी ओळख होते ती या जोडगोळीला शंभर वर्षांचे एक म्हातारे भेटून त्यांच्याशी गप्पा मारत असताना. एक ज्वलंत विषय समोर येतो. जुन्या काळातले हे वृद्ध लेखकाचे मित्र होते. ते सांगतात, "आंद्रिय हा एका पाद्र्याचा मुलगा." लेखक स्वतः कम्युनिस्ट असल्यामुळे आपला बाप पाद्री आहे, याचे त्यांना मनस्वी दुःख होत होते. म्हातारा सांगत असतो- 'साऱ्या जगाने पुढे आंद्रियला डोक्यावर घेतले; पण यान्विकवाल्यांनी त्याला कमालीचे छळले.

जेव्हा जेव्हा संधी मिळाली, तेव्हा तेव्हा त्याची टवाळी केली. तो तसा साधा आणि नेक होता. छक्केपंजे आणि ही टवाळी सहन झाली नाही. तो गावापासून कायमचा दूर गेला. त्याला नोबेल पारितोषिक मिळाले तेव्हाही गावाला काही आनंद झाला नाही. खरे म्हणजे आंद्रियने येथील लोकांवर, निसर्गावर मनापासून प्रेम केले. तेच त्याच्या लेखनाचे विषय होते. पण गाववाल्यांनी त्याच्याविरुद्ध वेगवेगळ्या दंतकथा पसरवल्या, त्याची बदनामी केली. एकदा मी त्याला भेटायला गेलो तेव्हा पॅरिसमधील रसिकांची गर्दी त्याच्याभोवती, असे फोटो मी पाहिले, त्या वेळी माझे मन भरून आले होते. तेव्हा तो गळा भरून म्हणाला होता, 'क्या यान्विकवाले भी तुझे कभी इस तरह छाती से लगा लेगे?'

म्हातारा गळा भरून सांगत असतो. आंद्रीय मेल्यानंतर आज गाववाले त्याचा जयजयकार करतात, स्मारके सजवतात. 'मेरा दिल तो झुलसा है बेटे। मै तो यान्विक के भरे बाजार में डंके की चोट कहता हूँ, 'हम तब भी टुच्चे थे, आज भी टुच्चे है । यह एक संयोग ही था कि आंद्रिय यहा पैदा हो गया।'

हे सारे वाचत असताना, मला का कुणास ठाऊक; मराठी लेखक चिं. त्र्यं. खानोलकर आणि त्यांच्या कुडाळ गावची आठवण होत होती. देश, काळ आणि परिसर वेगवेगळा असेल; पण अनुभवाचा पोत एकच !

◆

लगीन

तुमी कवा दादरला चैत्यभूमीवर गेलात काय? मी कवा कवा जात असतो. मी जवा जातो तव्वा तिथली नारळाची झाडं पाहून माझ्या पोटात कालवाकालव व्हते. मला सहा डिसेंबरची रात आठवते. बाबांचा देह सरनावर ठेवल्याला. लोकांचा समुंदर उसळलेला. पुढाऱ्यांची भाषनं चाललेली. नारळाच्या शेंड्याकडं बोट करून सुटाबुटातला पुढारी सांगत व्हता- 'गोरगरीब समाजाशी आमी गद्दारी केली तर या नारळाच्या झाडाला टांगून आम्ही फाशी घेऊ.' सालं किती वरिसं झाली- नारळाची झाडं तशीच डुलत असतात. बाबाचा कंचाच चेला दोरखंड घेऊन इथं आला न्हाय. एक पँथरवाला गडी आला, तो लगनाला. हाये की न्हाई कमाल. च्या मारी, लगीन काय कवा कुनाचं झालं न्हायी? पण उतावळा नवरा आन गुडघ्याला बाशिंग. आपण येवढे नेते, बाबांचे सच्चे चेले, सालं आपलं लगीन का असं चारचौघासारखं करायचं? मग आपुन अखिल भारतीय कसे? पंथर मंजी काही तरी करांतीकार असायला हवंच.

'आता तुम्ही म्हनाल 'हा पँथर खरा, पन तू कंच्या फळीवरचं मढं?' ते इचारू नका. त्यात एवढ्या फळ्या हायेत की बोलायला नको. तर काय सांगत हुतो, हा पँथरवाला नेता व्हता अरून कांबळे. ममईच्या कालेजात पोरांना शिकवतो, साईडला पँथरची नेतेगिरी करतोय.

'आता हा अरून ममईत आला तवा पहिल्यांदा गानी लिव्हायचा. पहिल्यांदा त्याचं गानं छापलं त्ये पन 'मागोवात' गॉर्कीवर. म्हंजी हाये की न्हायी कमाल. तवा मातूर लालभाईचं वावढं नव्हतं. असा हा पँथरवाला अरून कांबळे. त्याला पहिल्यांदा एका मोरच्यात पाहिलं व्हतं. सचिवालयापाशी मोरचा पोलिसांनी आडवला. पोलिसांच्या हातात काठ्या. या बहाद्दरांनी काय करावं? मोटारीच्या टपावर चढला, सदरा काढला, उघडाबोडका झाला, आन म्हंगाला, 'घाला गोळ्या मया छात्रीवर, म्या

कफन बांधून आलोय!' सालं, मला हसायलाच येत व्हतं. मुख्यमंत्री शरद पवारांनी काय करावं? त्याला पोलिस कमिटीवर मेंबर म्हनूनश्यानं घेतलं. आन मांडीवर हात मारत म्हंगाले, 'काय कांबळेसाहेब, एवढी लिमलेटची गोळी घ्या. ग्वॉड हाये.' अशी ही करांती बघा. तसं याचं काय एक बीळ हाये काय? आता तर म्हत्यांत इंदिराबाय कांबळे साहेबांना आमदार करत्यात. उगाच न्हायी बाबांच्या बायकू मायसाहेब यांचा त्यांनी आसरा घेतलाय. लांब कयाला? मागच्या इलेक्शनात कांबळे साहेबांनी लगेच टोपी बदलली. शरद पवार सोडले आन इंदिराबाय धरली. कुठंही आवतान येन्याची खोटी, बार्शीलाही म्हंत्यात असंच आवतन आलं हुतं. आता लोक काहीबाही बोलत्यात. त्यांच्या तोंडाला हात कसा लावायचा?

'तर काय सांगत व्हतो- कांबळ्यांच्या लगनाबाबत. कॉलेजात शिकवता शिकवता जमलं. जातीच्या भायेर उडी मारली. आमालाबी त्याचा अभिमान हाये बघा. पन लगीन चैत्य भूमीवरच झालं पाहिजेल, या येडाला काय म्हनावं? सोबत मायसाहेबांना घेवून गडी आला. तवर बाबासाहेबांची सून मीराताई आंबेडकर यांच्या पहोत्तर बातमी पोहचली व्हती. बाबांच्या चैत्यभूमीवर आजवर कुनी लगीन लावलं नव्हतं, तवा हा कोन टिकोजीराव, म्हणूनश्यान मीराताईंनी पोलिसांची कुमक मागविली. समता सैनिकाचा निळा समुंदर उसळायचा तर हवालदारांचा निळा समुंदर उसळला. बघता बघता तिथं दोन फळ्या उभ्या राहिल्या. मधे हवालदारांची फळी. काठ्या-लाठ्यावाली. आता कोन काय म्हंनतय, कोन कवा म्हंतय, असा गलका वाढला बघा. पोलिस येनार होईत हे कांबळ्यांना आधीच माहीत झालं व्हतं म्हनत्यात. तवा त्यांनी आधीच परेल विहारात लगीन उरकून घेतलं व्हतं. येताना चैत्यभूमीवर सोडालेमनच्या बाटल्या-खुरच्या मंग कयाला आनल्या व्हत्या? 'आपल्याला चैत्यभूमीत जायला देत न्हायीत, आपन ही दादागिरी चालू देन्हार न्हायी'- पँथर नेत्याने डरकाळी फोडली. कुठं शेपूट खाली टाकायचं अन कुठं वर करायचं, याचं ग्यान हाये महाराजाला!

◆

बुवाचं राज

बाईचं राज जाऊन आता बुवाचं राज आलं. तवा मनात इच्यार केला, की राज्यात काय बरं बदल झालाय त्ये पहावं. म्हनुश्यान सचिवालयात जाऊन यावं. आता 'सचिवालयाचं' नाव मंत्रालय केलंय म्हनत्यात. पन जुनंच नाव तोंडात घोळतं बघा. न्हाय तर 'वाघ्याचा झाला पाग्या तरी येळकोट जायीना,' तशी मंत्रालयाची गत व्हायची. मंत्रालयात गेल्यावर कंचा मंत्र फुकत्यात आन तिथं कंचं इष चढतं-उतरतं ह्ये मंत्र्यालाच इचारायला हवं. त्याशिवाय का आमदार मंडळी आट्या-पाट्याचा खेळ खेळत्यात? तर काय सांगत हुतो- सचिवालेयाची बात. बाईच्या राज्याच्या येळी, इथं केवढा दबदबा! पोलीस खिश्यापाकेटाची झडती घ्यायचे. काय सांगावं तुमी एखादा हातबाम घेऊन जायाचे. सहाव्या माळ्यावर गेलं म्हंजी सरगातच गेल्यासारखं वाटायचं; पन काम व्हईलच याची गॅरंटी न्हायी. सारा भानमतीचा खेळ. मंत्र्याच्या टेबलावर कागद ठिवावा आन लगेच गायब. तो खाली किती माळयावरून चक्कर काटील, त्याला काही थांग न्हायी. तुमी आपलं घोड्याच्या शिंगरांसारखं हेलपाटं घालायचं. ये सहाव्या माळ्याचं अंतर कापायचं. म्हनूनश्यान एका मुख्यमंत्र्यानं म्हनत्यात डोकं चालवलं. मंत्री जिथं बसलं तिथंच त्याचं हापिस झालं. धडाधड मंत्र्यांच्या खोल्या दरेक माळ्यावर सजल्या. लाखो रुपयांचा चुराडा केला. या वेळी सांगतात एका मंत्रीणबाईला आपल्या कॅबिनमधली मुतायची जागा आवडली न्हायी. उजव्या अंगाला व्हती. तिनं हुकम सोडला 'डाव्या अंगाला करा.' झालं! पुना पाडापाडी. त्यासाठी किती रुपयाचा खुर्दा उडाला ते फायलीलाच माहीत. असा महमद तुघलखी खाक्या. कागद हालंल म्हंता? ह्याट न्हायी. येरे माझ्या मागल्या.

तुमी म्हनाल, असा जुना कोळसा किती उगाळता? काय तरी नवी गोठ सांगा. तुमचंही म्हननं बराबर हाय पाहा. म्हनून तर बुवांच्या राज्यात सचिवालयात जाऊन

आलो. बघतो तो काय चमत्कार, नावाला काळा डगलेवाला न्हायी. कुठंही जा, कुनी इचारनार न्हायी. मनात म्हंगालो 'वा, याला म्हनत्यात लोकराज.' मंत्र्याची यायची वेळ झाली व्हती, म्हनून कोपऱ्यात उभा राहून पाहू लागलो. एक एक मंत्री गाडीतून उतरत व्हते. मनात इच्यार आला, जुन्या कॉंग्रेसवाल्या मंत्र्याला गाडीची सवय झालेली. त्यातले काही जनतेत आलेले. ते गाड्या वापरतीलच. पन जुने समाजवादी मंत्री पायी येत असतील असं वाटलं व्हतं. पायी न्हायी, तरी सायकलवरून तरी येतील. पन त्यांनीही गाड्या नि तिच्यातला तो फिरता दिवा सोडला नव्हता. गाड्यांचं सोडा पन, मोठे मोठे अलिशान बंगले तरी घेनार न्हायीत, असं वाटतं व्हतं. पन सांगतात, त्यांच्या बायकांलाच चाळीत राहायचा कटाळा आला व्हता. त्यांनी नवऱ्यावर आणीबाणी लादली. बंगला मोठा हवा. त्यात रंग, फर्निचर, उंची पडदे, बगीचा- सारा सारा नवा थाट त्यांनी करून घेतला म्हनत्यात. उनातानात, पावसापान्यात मोर्चे करून ही मंडळी केवढी थकली असतील! येवढ्या वरसांनी घटकाभर आराम केला, तर त्यात कुठं बिघडलं? अवंदा मराठी लेखकांना इनाम दिलं. कुठं माहीत न्हायी ना? तर राजपालाच्या बंगल्यावर- मलबार हिलवर. सतरा पिढ्यांतून लेखकाचे पाय राजपालाच्या बंगल्यावर लागले. अबब, केवढा थाटमाट! दिवानखान्यात झुंबरं टांगलेली. पाय जातील येवढा मऊ मऊ गालीचा. एक मैलाचा आवाका. बॅंड लावून लेखकांचं स्वागत. यालाच समाजवाद म्हनतात काय?

आश्याच इच्यारात पाळन्यात बसलो. मनात इच्यार केला- कंच्या बरं मंत्र्याला भेटावं? पाळन्यातून उतरल्यावर समोरच मंत्र्यांची कॅबिन दिसली. दारूबंदी मंत्री व्हते. बाहेर मायंदाळ गर्दी व्हती. पट्टेवाल्याला म्हनलं 'साहेबाला भेटायचं' म्हनून. त्यानं खालीवर मयाकडं पाहिलं, म्हनाला, 'काय लायसन्स हवंय काय? शंकराला भेटन्याअगोदर नंदीच्या कुठं हात लावावा लागतो हे माहीत हाये ना?' मी म्हनालो, 'तसं माझं कायी काम न्हायी. राज्याची खबरबात इच्यारायचीय!' त्यानं चिटोरं पुढं सारलं. मी माझं नाव, गाव पत्ता लिव्हला, आन वाट पहात बसलो. बऱ्याच येळानं नंबर लागला. आत गेलो. मंत्री महाशयांच्या पुड्यात येकही फाईल नव्हती. मी म्हंगालो, 'साहेब, काही काम दिसत न्हायी?' मंत्री म्हंगाले, 'त्याचं काय हाये, सारं काम सचिवच करतात, आमी सही ठोकतो.'

'साहेब, मी असं ऐकलंय, की तुमी साऱ्या राज्यात दारूबंदी करनार आन ठायी ठायी शिवांबूची दुकानं उघडनार. खरं हाय काय?'

'अरे, या साऱ्या गावगप्पा हायेत. शिवांबू हा मुरारजीभाईचा पर्सनल मामला हाय. दारूबंदी करायची; मंग आमच्या खात्यानं काय माश्या मारायच्या?' मी पुढं इचारलं, 'साहेब राग येऊ देऊ नका- तुमच्या खात्यात म्हनत्यात लयी खाबुगिरी वाढलिया. पगार मुठभर आन लाच हातभर.'

साहेब सांगतात, 'ते जुनं झालं; बाईच्या राज्यात व्हतं तसं. आमी खात्याची साफसूफ चालवलीय. अबकारी खात्यातल्या विजय देशपांड्यांची केस किती गाजतेय. यांनीच सारा पोल खोललाय. हा, हा स्वातंत्र्यसैनिकाचा पोरगा. खात्यात लाच घेनार न्हाय म्हनून त्यानं शपथ घेतली. कोन पैसे खातो याची बित्तंबातमी पेपरला आऊट केलीय. तवा आमाला आता सारा पोल कळलाय.'

'म्हंजी साहेब, या आधी तुमाला माहीत नव्हतं वाटतं?' माझा सवाल.

'आरं कसं माहीत असनार; आमी तर आताच राज्यावर आलोय!'

असं साहेबाबरोबर बोलनं चाललं असताना आत रिपब्लिकनवाल्या शांताबाई दानी येतात. आल्या आल्या म्हनतात,

'साहेब, आमी गरिबानं तुमच्या राज्यात राहावं की न्हायी?' साहेब बाईला इच्यारतात, 'आवं पन असं आक्रीत काय घडलं ते तर सांगा.'

'काय सांगनार?.... तुमी आमच्या दोन पोरांची बदली केली. लांब तिकडं डोंगराकनगारात धाडलं. असं त्यांचं काय चुकलं?'

'त्याचं म्हंता व्हय? आवं त्याची फाईल लई खराब हाये. तिरपुडेची चिठ्ठी त्यांच्या फायलीत सापडली.

'म्हंजी तुमचा राजकारणातला डाव असा उजारता? खरं कारन सांगू काय साहेब, या पोरांनी ताजमहाल हटील तपासलं. तिथला जादा दारूचा माल हुडकून काढला. एक एक मानूस ऐंशी पेग पिती काय? साला बोगस हिशेब. वरच्या गड्डयाला हात लावला. ताजमहालवर केसेस नोंदवल्या. तवा, पोरांनाही शिक्षा दिली. 'मोठाली कुल्लं, तिकडं जग भुल्लं' साहेबांचा चेहरा आता गोरामोरा झालेला. साहेब कनी कातरतात, 'बाई बघतो, पुन्हा फाईल मागवतो.'

मोठ्यांच्या राजकारनात सालं आपल्याला काही कळत न्हायी. मी हळूच बाहेर पडलो. खात्यातली काय, न्हायतर राज्यातली खाबुगिरी काय, अशी मलमपट्टी लावून कुठं बंद व्हनार काय? घान पानी ज्या मोठ्या गटारीतून वाहतं, तिथंच खरं बूच लावायला हवंय; पण हे करनार कोन?

◆

हापूस

अंगणात गपगार बसलो व्हतो. लेक 'बालभारती' घेऊन आला आन म्हंगाला, 'बव तुला गोठ सांगू?' मी म्हंगालो, 'सांग'. तो बालभारतीचा धडा वाचू लागला. मी कान देऊन ऐकू लागलो. गोठीचं नाव व्हतं, 'डोळ्याचा भाव'. गोठीत एक भिकारी शहरातील रिकाम्या रस्त्यानं रातीच्या वेळी मोठमोठ्यानं ओरडत चालला व्हता, 'देवा, तू मुला काही दिलं नाहीस. मला राहायला घर नाही. अंगावर घालायला कपडे नाहीत. भरपूर खायला-प्यायला नाही. देवा, तू खोटारडा आहेस.' त्याच गल्लीत एक धनवान मानूस राहत व्हता. त्याच्या दिवानखान्यात नाचगाणं चाललेलं. धनवान माणसाला राग येतो, अन् नोकर पाठवून धनवान मानूस भिकाऱ्याला बोलावून घेतो. त्याला इचारतो 'तुझ्या डोळ्याचा भाव काय?' भिकारी सांगतो 'शंभर'. धनवान शंभर रुपये दिवानजीला द्यायला सांगतो. भिकाऱ्याला वाटतं, आपून कमी पैशे मागितले. शेवटी धनवान माणूस एक लाख रुपये द्यायला राजी व्हतो. भिकाऱ्याला आपली चूक कळते. देवानं आपल्याला चांगले डोळे दिलेत, हातपाय दिलेत. म्हंजी किती लाखाचं आपलं शरीर हाये. तो धनवान मानसाची माफी मागतो आन गोठीच्या शेवटी सांगतो 'माझी ओरड खोटी हाये.'

लेक जवा गोठ वाचून संपवतो, तवा मला हसायलाच येतं. मराठी लेखक किती बंडल गोठी लिव्हतात. मी लेकाला इच्यारतो, 'बघ रं. गोठीचा लेखक कोन हाय तो?' लेक नाव वाचतो, 'व्यंकटेश माडगूळकर.' आयला लेखक तर नामचंदच हाये. मग असं ग्यान गेल्यावानी का लिव्हतोय? म्हंजी गरीब माणसाला कळूच न्हाय, आमाला कुनी गरीब केलंय ते. चांगली गुळात भूल देतात. आन ती 'बालभारती'तून. लेक म्हंगाला, 'बव, गोठ कशी वाटली?' मी लेकाला म्हंगालो, 'लेका, गोठ काही खरी न्हायी. सारी चमचेगिरी चालवली.' बाप लिव्हलेलं खोटं

समजतोय हे पाहून लेक बघतच राहिला! बाप सांगतो ते खरं, का पुस्तकात लिवून आलंय ते खरं, येचा गोंधळ त्याच्या नजरेतून डोकावत व्हता.

मी लेकाला म्हंगालो, 'बघ लेका, आता तुझी गोठ मी ऐकली, आता माझी ऐक.' बाप गोठ सांगतो म्हणून लेक हुरळला. मी म्हंगालो, 'लेका तुहा बाप तर चांगला धडधाकट हाये. इमानेइतबारे सरकारी बिगारही टाकतोय. तरी पण लई दिसाची इच्छा हाये की तुला हापूस आणावा. येवढा सीझन गेला पण हापूस नदरं पडला न्हाय.' लेक म्हंगाला, 'बव, हा हापूस काय अस्तो? 'लेका, मी लहानपनी चाखला व्हता; लयी ग्वाड असतोया. फळांचा राजा म्हणत्यात. रंग तर असा पिवळा धमक- सोन्यावानी.' मया बोलण्यावर लेक म्हंगतो, 'बव, हा आपल्याच देशात पिकतो ना?' मी म्हंगलो, 'हा, तसा हा आपल्या उश्यापायथ्यालाच पिकतो; पण म्हनतात ना, जिथं पिकतं तिथं इकत न्हायी. इकायला तो जातो अरब देशात. अरब लोक अडीचसे रुपये डझन घेतात म्हणं.' 'पन आपल्या देशाचा माल दुसऱ्या देशाला का जातो?' लेकाचा सवाल. मी सांगतो, देशाला म्हनत्यात फॉरीन चलान हवाय. आपल्या देशातून काय जात न्हायी. आता तर म्हनत्यात पानीही इकत देणार अरबांना. याला तर म्हनत्यात सरकारचं डोकं.'

'बव' मला हापूस खानारा अरब दावाल?'

लेकाच्या सवालानं आता मी बुचकाळ्यात पडलेलो. न्हाय हापूस, पन खानारा तरी दावायला काय बरं हरकत हाय? त्येवढीच लेकाची समजूत. मी म्हंगालो, 'लेका, तसा अरब आपल्या ममईत येतोय पाऊस पहायला.' लेक म्हणतो कसा, 'बव, त्यांच्या देशात पाऊस पडत न्हायी काय?' मी उत्तर देतो, 'लेका, तिथं सारी तापलेली नुस्ती वाळू, थेंब पडला तर वरच्यावरच जळून खाक. त्या वाळूमंदी पेट्रोलच्या इहिरी हायेत. त्यामुळे तर गडगंज पैसा हाये आरबाकडं. साऱ्या जगाची शेंडी त्यांच्या हातात.' अरेबियन नाईटची गोठ ऐकावी तसे लेकाला व्हते. कधी एकदा अरब पाहू असे लेकाला व्हते. आमी बाप-लेक अरब पाहायला निघतो.

लेक मया खांद्यावर असतो. तवा त्याला दूरवरचं दिसत असतं. महा बापही मला लहानपाणी असा खांद्यावर बसवून ममई दाखवायचा. एकदा बापानं कुलाब्याला गोरा साहेब दावलेला. गाजरासारखा लाल. लेकाची वरून बडबड चालू आसते. 'बव, येवढी मायंदळ गर्दी कह्यापायी? सारे अरब पाहायला चाललेत काय?' 'न्हायी लेका, ममईत अशीच गर्दी असते. पोतं फुटल्यावानी?' आमी बस धरतो. कुलाब्याला जायचं असतं. बशीतही जशी मान्सं एकमेकांवर रचून ठेवलेली. गर्दीत वाट काढीत तिकट कापणारा जवळ येतो आन म्हणतो, 'काय गाववाले कुठं बापलेकाची दिंडी निघालीय?'

मी म्हंगालो, 'आवं, लेकाला हापूस खानारा अरब दावायला चाललोय.'

सारे बशीतले फसकान हसत्यात. आता तुमीच सांगा, यात हसन्यासारखं काय बरं बोललो? मी तिकट कापनाराला इच्यारलं, 'काय व्हं पाव्हनं, ये अरब लोक म्हनत्यात आपल्या देशात पाऊस बघायला येतात? खरं हाये काय व्हो हे?' तिकिट कापता कापता तो म्हणतो कसा, 'काय गाववाले, ममईत राहून येवढे बावळे कसे? आवं ते चमड्याचं जहाज धुंडाळायला येतात. हे बोलताना तो डोळे मिचकावीत असतो. आता सारी पब्लिक खळखळ हासत असतीया. सारं ऐकून मला तर झीटच आली. आयला, म्हंजी आमच्या देशातल्या बाया अशा वाटेवर पडल्यात काय? कुणीही यावं अन् त्यांच्या कातडीचा सौदा करावा. म्हंजी फॉरीन चलान मिळवायाकरिता हाही सरकारचा जोडधंदा काय? आरं काही जनाची न्हाय तर मनाची? आता हे कुनाला ओरडून सांगावं? आपले इचारवंत तर बहिरे. मागं दुर्गाबाय भागवत म्हंगाल्या, 'समाजाला वेश्यांची गरज हाये, जसं घराला सांडपाणी जाण्यासाठी गटारं असावी तशी!'

आता मागच्याच महिण्यात इचारवंत प्रभाकर पाध्ये टी. व्ही. वरच्या मुलाखतीत म्हंगाले, 'वेश्यांनी आपला धर्म पाळावा.' मुलाखत इसरून गेलो. पण ही लाईन कशी इसरायची? म्हंजी वेश्यांनी धर्म पाळायचा तर जादा गिऱ्हाईकं घ्यायची काय? तेवढीच देशसेवा. बाई म्हणजे फॉरीन चलान मिळवण्याचं यंत्र काय?

मी तिरीमिरीत उठलो. लेकाच्या बाहीला धरलं आन लेकाला म्हंगालो, 'लेका चल, अरबापेक्षा तुला राणीच्या बागेतलं माकड दावतो.' एकादा येडा माणूस असावा तशी पब्लिक मयाकडं पाहत व्हती.

◆

गोरा साहेब

अंगनात गपगार बसलो व्हतो. डोक्याचा गोयंदा झालेला. बातमी खरी की खोटी, काही उमजत नव्हतं. इचाराचा गुंता वाडत असतानाच लेक साळंतून आला. पाठीवरचं बुकाचं वझं त्यानं कोपऱ्यात भिरकावून दिलं आन् तो पतंग-फिरकी कोपऱ्यात गवसू लागला. मी त्याला म्हंगालो, 'लेका, आर, हा माऊंट बॉटन कोन व्हता?' लेकानं मयाकडं हासत पायलं आन म्हंगाला,

'बव'-आर हा तर गोरा साहेब.'

म्हंगालो, 'लेका ते कळतंय रे नावावरून, पन अजूनही आपल्या बोकांडी कसा?' लेकाला आता कळंना, मी काय म्हनतोय ते. त्यानं इतिहासाचा बुक काढलं आन् घडघडा वाचू लागला. 'ये एक राष्ट्रपुरुष होते. देशाचे शेवटचे व्हायसराय. त्यांनी नेहरूंच्या हाती देशाच्या चाव्या दिल्या.' मी यावर चांगलाच भडाकलो. म्हंगालो 'आरं लेका, हा चाव्या देणारा चुतिया कोन? आम्ही देशासाठी लढलो न्हायी काय? हा उंटासारखा आपल्या घरात शिरला व्हता!' लेक मला समजावू लागला, 'बव, येडा हायेस. आपले पंतप्रधान चरनसिंग यांनी तर हा गोरा साहेब म्येला तवा सात दिवस देशाला सुतक पाळायला सांगितलं व्हतं. झेंडा अर्ध्यावर उतरवला. सारी शाळा-कॉलेजं तवा बंद व्हती.'

लेकाच्या बोलन्याकडं महं ध्यानच नव्हतं. आठवत व्हतं. आंबडेकर बाबा गेले, लोहिया गेले; येवढेच काय, गरिबांसाठी नक्षलवादी फासावर लटकले, तवामातूर सालं देशात सुतक न्हायी. शाळा-कालेजं बंद न्हायीत. आता कंचा कोन साता समुद्रापलीकडे म्येलेला गोरा साहेब, याची मातूर देशात आठवन. मारे सुतक पाळतात! आरं म्हनावं, इलायतेतबी त्याचं सुतक पाळलं न्हायी! आपल्या देशामंदी सारेच उफराटे. बाहेर 'सव्वा हात बाता, आन घरच्यांना लाता.' मागे येवढे बाबा

आढाव कोकलले- 'आरं, म. फुलेचं एखादं पोस्टाचं तिकीट काढा,' झ्याट हालले न्हायीत. किडेमाकुडे अन् घुबडाची तिकिटं काढलीत. कवा कवा वाटतं, खरंच का आपलाच देश हाय? का आपुन अजूनही गुलामच हावोत? मनातली पाल शेवटी खरी ठरली. सकाळी बघतो त्यो काय? पहिल्याच पानावर हेडलाईन- नामांतरावर नामचंद तोडगा. दोन्ही सभागृहांची मान्यता. मराठवाडा विद्यापीठाचं नाव 'माउन्ट बॅटन विद्यापीठ. आपले पेपरवालेबी कवा टोपी फिरवतील ये सांगता यायचं न्हायी. त्यांनी माऊन्ट बॅटनची सारी कुंडली पेपरात मांडलेली. बैल गाभान हाये असं सारखं सांगितलं गेलं तर लोकांनाबी तसं वाटू लागतं. बाबासाठी ज्यांनी वर हात केले व्हते, तेच हात माऊन्ट बॉटनसाठी वर झाले व्हते. शेवटी नावात असं काय हाये? समाजात शांतता नांदाय हवी. आपल्या जुन्या जखमा इसरा. माऊन्ट बॅटन नसते तर आंबेडकरांना घटनाच लिवता आली नसती, अशीही भाषनं सभागृहात झडत व्हती. खास चौकोटीत गोविंदभाई आन् अनंतराव भालेराव यांचा पेढे वाटतानाच फोटू छापला व्हता. महाराची ब्याद टळली म्हणून मराठवाड्यात सत्यनारायन केले व्हते. माऊन्ट बॅटन हा खरा आर्य रक्ताचा हाये, म्हनून एका हिंदू भक्ताचा लेख छापला व्हता. घटकाभर काय चाललंय, त्येच मला कळंना. मला एका कीर्तनकाराची आठवन झाली

एक व्हता कीर्तनकार. बायांबापुड्यांना कीर्तन सांगायचा. तो सांगायचा- 'बायांनो, सूर्यनारायन हा देव हाये. तो आपुल्याला उजेड देतो. तवा त्याच्याकडं तोंड करून मुतू न्हायी.' देवाचा अपमान व्हतो. तो मातूर सकाळीच सूर्याकडं तोंड करून मुतायचा. एकदा बायांनी त्याला घेराव केला. आन् इच्यारलं. तो म्हंगाला, 'बायानो, हे सारं तुमच्यासाठी. मला फिरवता येतं, तुमाला फिरवता येत न्हायी!'

राजकारनी मंडळीही असेच बोलतात न्हायी?

◆

ठनठनपाळ

जुनी गोठ हाय. लयी दिस झाले व्हते, ठनठनपाळच्या चावडीवर गेलो नव्हतो. इचार केला,आज तरी जाऊ या. दादार चढलो; झुलतं फटकुळं लोटलं. बघतो तो काय! चौरंगावर गणपतीच्या पोझमंदी ठनठनपाळ बसलेले. मला पाहताच बाजूला ठिवल्याला मुखवटा चेहऱ्यावर चढवला. लगोलाग एका पोराला बाजूचं बटाण दाबायला लावलं. मला वाटलं; लयी गराम व्हतंय, तवा पंखा लावत असत्याल. बघतो तो त्यांच्या टकलाच्या पाठीमागं लटकावलेलं सूर्यनारायणाचं भलं मोठ चाक गरगरा फिरायला लागलेलं. दिव्याच्या झगझगत्या उजेडात माझं डोळं दिपलं. बाजूला हातोडा व्हताच. इच्यार केला- ईळा नको म्हणतात, मग हातोडा तरी कयाला? करड्या मिश्या कुरवाळत ठनठनपाळ मायाकडं पाहत म्हणाले.

"काय जागल्या, लयी दिसांनी वाट चुकलास?" मी त्याच्या पुढ्यात असलेल्या पिड्यावर बूड टेकलं. म्हणालो, "येळपातूर आमच्या अशाच सनाळया चालल्या व्हत्या."

मगाचंच पोरगं एका ताटात मोदक घेऊन आलं. गच ताटभर.

"चव घेऊनश्यान बघ. कलामिमांशेच्या येका दर्दी इद्वानानं धाडलेत त्यांच्या बुकावर म्या लिवलंय ना. तवा ते खूष झालेत."

"कमळावानी पाकळ्या फुटल्यात की."

"उगाच न्हायीत ते कलेचे इद्वान. आर पन नुस्त्या पाकळया काय बघतोस? चव घेऊन तर पाहा. तुझ्या सतरा पिढ्यांना याची चव माहीत नसंल."

"खरं हाय म्हना. पण आमचं बरबाट तुमाला तरी ठावं हाये का?"

"लयी बोलाया शिकलास. दलित लेखकांची संगत हाय वाटतं?"

दोन-चार मोदक मी तोंडात कोंबलं अन् खाता खाता बोललो,

“झकास झाल्यात की!”

“व्हनारच, दुर्गाबायच्या बुकात पाहून केलेत.”

“दुर्गाबाय आन पाककला म्हंजी क्रांतीच की!”

“झाली नव्हं क्रांती समदी इलेक्शनात.”

“पन अजून नक्षलवादी जेलात हायेत म्हनत्यात.”

“त्यांच्या हाता-पायाचं आंगठं घेतलं म्हंजी त्यांनाबी सोडत्यात. जाऊ द्या. या राजकारणाच्या गोष्टी कयाला? दलित साहित्याचं काय चाललंय?”

“चांगलं जोरात गुऱ्हाळ हाये की! गेलबाई सांगत व्हत्या; अमेरिकेत दलित साहित्याची ठायी ठायी चरचा चाललीय.”

ढग गडगडल्यासारखं ठनठनपाळ हसले. म्हंगाले,

“अरे, दलित साहित्य किती? मियाँ मूठभर दाढी हातभर.”

“आन ती कवापासून टोचायला लागली?”

“असा वरदळीवर का येतूस; अनुभवाच्या खोलीवर बोल.”

“ही खोलीबिली समजत न्हायी बघा. पन येक सांगा, मराठीच्या जलमाचा काळ कंचा?”

“हे काय इचारनं झालं. ज्ञानोबानं न्हायी का लिवली ज्ञानेसरी? आसंल सातसे वरसाचा.”

“मग या सातसे वरसात मराठीत चांगली बुकं किती? तुमचेच टीकाकार सांगत्यात त्यापरमानं मराठीच्या गठड्यात आजवर ज्ञानेसरी, लक्ष्मीबायीचं आत्मचरित, रनांगण, कोसला झालं आन् आता सात सकं तेरंचाळीस गाड्यात कोंबायचं काम चाललंय. कोंबता कोंबता पानं फाटायची येळ आलीय. तुमच्या दळवीचं एखादं बुक तरी त्या गठुड्यात बांधावं की न्हायी?”

“ते तर माझंबी दुख हाये, म्हनुनशान तर हा हातोडा घेऊन बसलोय.”

“मग द्या टाळी- तुमचं आमचं जमलं; घ्या!” म्हणालो.

ठनठनपाळ घाऱ्या डोळ्यानं टकमका मयाकडं पाहू लागले.

◆

रंगराव

एक व्हता रंगराव । मागल्या चैतात त्याचं झालं व्हतं लगीन ।

त्याची बायको व्हती । चंदराला म्हंती उगवू नको; आता सूर्याला म्हंती मावळू नको । बायको व्हती साता नवसाची तवा नाव ठीवलं 'आवडी' । रंगराव कवाकवा जायचा मुसाफरीला । तवा बायको घरी काय करत आसंल याचाच घोर त्याला पडायचा । काळी बायको मनाची आन गोरी बायको जनाची, आसं त्यानं आईकल्यापासून त्याचं चित गेलं पार उडून । तवा त्यानं आनली एक बोलती मैना । मैना चुटूचुटू बोलायची । घरचा सारा सांगावा सांगायची । एकदा काय झालं, रंगराव गेला व्हता मुसाफरीला । आवडीचा मैतर आला लपतछपत। बोलत्या मैनानं दोघांचा पाहिला रंगढंग! कधी एकदा रंगराव घरी येतो आनी सारं लफडं घडाघडा सांगते, आसं मैनेला झालेलं! रंगराव घरी आला तवा मैना लागली पिंजऱ्यात फडफडायला ! आवडीला वाटलं - मेलं लफडं आता फुटणार । तिनं लगबगीनं काडली कानातली बुगडी आन फेकली मैनंपुढं ! हिऱ्याची चकचकीत बुगडी मैनेनं धरली चोचीत! तवापासून मैना चीडीचीप हाये! रंगराव चीनभीन झालाय! मैनेची बोलती कुनी बन्द केलीय, हे त्याच्या टकुऱ्यात घुसत न्हायी बघा!

◆

मठ

तुमी कवा जगदगुरू शंकराचार्यांचा सोवळा मठ पायलाय काय? नसंल पायला तर आपले रेडिओवाले पिंगे हायेत ना, त्यांना इच्यारा. त्यांनी अंकात महामूर लिव्हलंय. त्यात एक गोठ सांगितलीय. एक बेडकी बाळंत व्हत व्हती. तिच्यावर सापानं फडा उभारून सावली धरलेली. हे पाहयलं नंबुद्री बामनाच्या कुळात जलमलेल्या एका पोरानं. आता त्याला प्वार कसं म्हनायचं? तेच पुढं शंकराचार्य म्हनून गाजलं. बेडकी अन सापाचं गुण्यागोविंदाचं नातं सांगणारं अद्वैत त्यानं सांगितलं. श्रीचरन पाहून पिंगे धन्य झाले. या सोवळ्या मठात पिंगे सोवळ्यानं रायले. तसा कायदाच हाये म्हणतात तिथला. (आता पिंगे जानवं घालत्यात की न्हायी, हे कायी ठाव न्हाय. पन त्यांनी घटकाभर जानवं नरहर कुरुंदकरांकडून नेलं व्हतं म्हनतात.) तर काय सांगत व्हतो? हां पिंगेच्या सोवळ्याचं. देवळाला घेऊनच एक खानावळ हाये. तिथं पिंगेला एक केरळी इंजिनियर भेटला. तो म्हंगाला 'तुमी बामन हायत ना?'

पिंगे म्हंगाले 'व्हय मी बामनच हाये.' तवा तो इंजिनियर सांगू लागला, "मंग काई हारकत न्हायी. हल्ली बामनेतरांनी जिकडंतिकडं घोटाळा माजवलाय. बोलूनचालून कावळ्यांचीच पिलं. सोवळं कुठंच न्हायी. गावात दोन-तीन खानावळी हायेत. पण सगळ्या या कावळ्यांच्या पोरांच्या. मंग बिचाऱ्या बामनांनी काय करायचं? तवा खास आमी बामनासाठी खानावळ चालवतोय. तुमी बामनच ना? मंग हिथंच खा प्या." मया मनात इचार आला, सालं याला इंजिनियर कुनी केलं? त्यापरिस घिसाडी बरा. मनातल्या मनात 'जय अद्वैत! जय भारतीय घटना' कोकलून घेतलं. पिंग्याना काय वाटलं कुणास ठाऊक! पन त्यांनी जर बामनातली पोटजात सारस्वत सांगितली अस्ती तर? धर्मानंद कासंबीसारखं शेन लावालं लागलं असतं.

पुढं पिंगे मजल दरमजल करीत केरळातून कानडी मुलखात आले. तिथं त्यांना

श्रिंगेरी मठाचे श्रीचरन यांची 'आकाशवाणी टेप' करायची व्हती. खास मंत्री आडवानींचा हुकूम होता म्हनत्यात. काय म्हंता, हा आवाज काय येवढा मोलाचा? वा राव. असं आक्रीत कश्याला इच्यारता? इच्यारस्वातंत्र्य हाये ना; मग अशी आपली संस्कृती जतन करून ठेवावलाच हवी. आवं, रागवू नका. ही काई पैश्याची धुळदान न्हायी. काय म्हंता? मराठवाड्याच्या दलितांच्या किंकाळया टेप कराव्यात? तुमचं आपलं काहीतरीच असतंय. त्यात जगाला सांगण्यासारखा संदेश कुठाय? ते आपलं अद्वेत वगैरे....

आता या जगद्गुरूची किती पीठं हायेत कुणास ठावं! पिंगे म्हनत्यात चार दिशेला चार हायेत. संस्कृतीची राखन करत्यात. असत्याल बरं, मागं पुरीचा की काय शंकराचार्य आला व्हता आणि म्हंगाला सगळ्यांत जाती हायेत. झाडझुडपात, पशुपक्ष्यात, दगडधोंड्यात, तवा मानसातही हव्यात. 'मला भेटला असता तर म्हंगालो असतो, 'ये बुवा, दगडात जाती हायेत हे कबूल; संगमरवर दगड देवळाला वापरायचे, पन आज त्ये संडासातही वापरतात की; तवा जातीचा फुगा काय कामाचा? तो टाचनी लावताच फुटतो ना? पुन्यात पँथरवाल्यांनी या बुवाला जोडा मारला, तवा कुटं पळाला. इचार केला, सारेच बुवा काई असे ग्यान गेलेले नसत्याल. म्हनूनश्यान शिंगेरीच्या बुवाचं भारूड वाचू लागलो. मठ मंजी जुनापुराना वाडा ध्यानात येतो. पण तसा काय हा मठ न्हायी. चांगली आधुनिक सोयीची वास्तू हाये. नदीच्या पलीकडे शंकराचार्याचा बंगला. बारमास होम जळतोय, घोष चाललेला. दिवसाला पाचशे पाने उठतात व कायी पूजेला तर दीड दोन हजार रुपये पडत्यात. नुस्तं मंगळावर तेल घालायला दोन रुपये पडत्यात. कायी म्हंतात- इथं गौरगरिबांना पळीभर त्याल मिळत न्हायी. त्याचंही उत्तर श्रीचरन देतात, ते म्हनत्यात, "लोक धर्माचरन इसरलेत; आचारधर्म पाळा आणि प्रकास फुलतो की न्हायी ते बघा." हाये की नाही कमाल? तर सांगत व्हतो - असा तो सोवळा मठ. वरसाचं अंदाजपत्रकच पाच लाखांच्या पोटात असतं. मोठ्या मानसाच्या दिनचरयेचंही किती बरं कोडकौतुक व्हतंय! हे जगद्गुरू दिवसातून चार येळा आंघोळ करत्यात. सारखं ग्रंथाचं वाचन, पूजा-आरत्या चालल्येली. त्यात कंच्या तरी देवाच्या दगडी लिंगाची पूजाही करत्यात. खानं साधं- पायस, लापशी, असं. ते रेडिओ ऐकत न्हायीत, आन पेपर वाचत न्हायीत. त्यांना असं करायची गरजच काय? हे तुमाआमा मर्त्य मानवाला! ते तर आंतरग्यानी. आनुरेणूतून जानारे. त्यांना जगाच्या बित्तंमबातम्या कळत्यात. ते मातूर तेथल्या धनदौलतीला हात लावीत न्हायीत. छाटी वापरतात. पण सोन्याचं घड्याळ, चष्मा वापरायला इसरत न्हायीत. तसं श्रींपाशी जडजवाहर खूप हाये. रत्नाचा मुकुट हाये, मानिकमोत्याचा हार हाये, वरसातून एकदा भक्तांकरिता अंगावर चढवतात. वा! याला म्हनत्यात मानूस. अजिबात मोह न्हायी.

काय म्हंता, त्यांच्या तत्त्वज्ञानाचं काय? वा राव! हे काय इच्यारनं झालं? जगदगुरू म्हनत्यात, 'धर्म सांगतो, परान्न खाऊ नकोस. धर्म सांगतो, सरवांची भूक भागल्याशिवाय तू अन्न घेवू नकोस. हया देवाच्या आज्ञा हायेत. पन त्या कोन पाळतो? धनवान जर चांगल्यासाठी दान करील, तर गरिबांना दोन घास जादा मिळतील. त्यांच्या डोक्यातला रागही मिटेल. बंडाळी माजनार न्हायी. परान्न खाण्याचा इचार केला न्हायी, तर दुसऱ्याच्या डबोल्यावरही डल्ला मारन्याची वासना व्हनार न्हायी, त्यामुळे झगडा टळंल. सरवांना वाटा मिळाल्यावर आपन आन्न घेतलं तर न्याय येईल. धर्माचरन इतकं साधं अन् सोपं. ही कल्यानाची गुरुकिल्ली हाये. तुमी मनात म्हनत असाल, यापुढं मारकसबाबानं असं काय नवं सांगितलंय?

पन हे सारं गोलमाल ग्यान सांगताना जगदगुरू विषमता इसरले न्हायीत. तिथंच खरं त्यांच्या जातीयतेचं प्रदर्शन व्हतं. ते म्हनतात, विषमता राहनारच; ती दैवी हाये. सगळेच सारखे न्हायीत. सारके होणारही न्हायीत. सगळे तंतोतंत समान झाले तर मंग समाजाचा गाडा आडेल. कुनीही कुठलंही काम करनार न्हायी. तवा विषमता राहनारच. म्हंजी लोक कामाला लागलीच. तवा असे हे जगदगुरू. हे सारे शंकराचार्य एकाच माळेचे मनी. एकला लपवावा, दुसऱ्याला दावावा. गीता जशी त्यांच्या हाडीमाशी खिळलेली. मांजर कसंही फेका, दोन पायावर पडतंय म्हणत्यात. शंकराचार्यांची ही अवलाद चातुवरण्याच्या चार पायांवर पडते, येवढाच फरक!

◆

पुरूस

'ज्यानं न्हाय पायलं पुणं त्याचं काय जिणं?' असं आजी सांगायची. आजीचा सांगावा आठवला म्हंजी मी पुण्याला जातो. या येळच्या पुण्याच्या फेरीत मुरलीधर जाधव भेटला. पुण्याला गेलो म्हंजी तो असा अवचित भेटतो. तुमच्या तो वळखीचा न्हायी. तेवढा मशहूरही न्हायी. या येळी भेटला तवा मी पाहतच ऱ्हायलो. त्यानं काळीभोर दाढी वाढवलेली. त्याच्या गोऱ्या रंगाला साजत नव्हती. म्या इचारलं, 'काय मुरली, कविबिवी झालास काय?' काळ्याभोर केसातूनही त्याचं हसणं दिसलं. दाढीवरून त्यानं हात फिरवला अन् खरोखरच काखेतून कवितेचं बाड काढून मया हाती दिलं. च्याटच पडलो. मी म्हंगालो, 'असं रस्त्यात कह्याला? व्हटीलातच जाऊन बसू!' ठेसनासमोरच नामचंद इराणी व्हटील हाये. पावना कप चहा दोघांत घोट घोट पीत बसलो. त्याचं कवितेचं बाड चाळू लागलो. मनात इच्यार आला दलित कवितेचं किती मायंदाळ पीक आलंय; जो उठतो तो कविता करतो. सांगावंसं वाटलं, गड्यांनो आता कविता पुरे. बिहारात, आगऱ्यात, बेलछीत, धरमपुरात काय चाललंय, ते बघा. जसी काय पुना देवदानवाची लढाई जुंपलीय. उद्या ही आग तुमच्याही आड्याला भिडंल. तुमी आपलं निरोसारखं कविता आळवीत बसाल. मनातलं इचार मी जाधवला बोललो न्हायी. न्हायतर यावरच कविता लिहून माझ्या पुड्यात टाकली अस्ती! बाडातील एक कविता वाचून उडालोच. गोहत्याबंदीवर व्हती. मुरली आन् गोहत्याबंदी! पन कवितेनं चांगलंच चकवलं व्हतं. सारं कायी आठवत न्हायी, कायी लाईनी ध्यानात हायेत- 'करायची असेल हत्याबंदी, तर सर्वांची करा; एका गाईनं पोसला असेल देह तुमचा, एका शेळीनं महात्मा गांधी पोसला.'

म्या इचारलं, 'अरे मुरली, असा शेळीच्या मागं का?' यावर तो खळाळून हसला अन् मला कविता समजावून सांगू लागला. म्हंगाला, 'आरं, ही कायी

नवकविता न्हाय, न समजायला! ही कविता जनता पक्षावर लिव्हलीय.' मी च्याट पडलो. म्हंगालो, 'हे कसं?' यावर तो म्हंगाला, 'आरं जनता पक्षातलं भांडान म्हंजी गाय आणि शेळीचंच भांडाण हाये. कुनाचं दूध सरस याचा निवडा चाललाय. गाईचं दूध म्हंजी शंकराचार्य- गोळवलकरगुरुजी - संघ संचालक देवरस अशी लाईन हाये. आता शेळीचं दूध म्हंजी गांधीबाबा, लोहिया, जयप्रकास अशी ही दुसरी लाईन. कुणाची सरसी व्हायची ते पाहायचं.' कवितेचा अर्थ ऐकून मी तर उडालोच. नवकविताही एवढी समजायला अवघड कंदी वाटली नव्हती.

एकादा विंचू डसावा तसा तो जागेवरून उठला अन् म्हंगाला, 'आरं यार....कंपनीची ड्युटी करायचीय; एवढं काम झालं की आपुन मोकळं फिरायला.' मीही त्याच्या मागोमाग उठलो. मुरलीची डयुटी मला माहीत झाली व्हती. टेलिफोन कंपनीत कामाला हाय. कुठं टेलीफोनवर नंबर डकव, तर कुठं तुटलेली तार जुळव, ही त्याची कामं. मी इच्यारलं, 'कंच्या भागात डयुटी हाये तुझी? म्हंगाला, 'आरं जवळच येरंडवनात. पुण्याची मरीन लाईन म्हणतात त्याला. बघतच राहशील. आमी बशीत बसून येरंडवनात गेलो. तिथं वन कुठं नव्हतं, अन येरंडाची झाडंही नव्हती. येरंडाच्या ऐवजी उसाचंच गुऱ्हाळ व्हतं.

एका ओळीत टुमदार बंगले. पुढं फुलांचा बगीचा. मुरली म्हंगाला, "हे बंगले. म्हंजी पुण्यातली दुधावरची साय हाय साय."

हवा असलेला बंगला मुरलीनं शोधून काढला. जातायेता काई लोक उगाचच संशयानं पाहत व्हते. बंगल्याचं फाटक उघडून आमी आत गेलो. चिटपाखरू नव्हतं. सारा एरिया चिडीचूप. मोठ्यानं आरडावंसं वाटलं. मुरलीनं घंटी दाबली. बराच वेळ कुनीच दार उघडलं न्हायी. मधल्या भोकातून कुनीतरी आमच्याकडं बघत व्हतं. दाराशेजारच्या खिडकीतून एक गोरीपान बाई आमच्याशी बोलली- "कोण पाहिजे?" मुरलीनं ओळख करून दिली, "मी टेलिफोन कंपनीतून आलोय. फोनवर नंबर टाकायचाय." बाई काही दार उघडत न्हायी. खिडकीतून बोलली, "आमचे पुरुस आल्यावर या. ते शाखेत गेलेत." आमी पायऱ्या उतरतो. मी मुरलीला इच्यारतो, "काय रे, बाई अश्या भेदरलेल्या का? दार उघडायला राजी न्हायीत." मुरली हसला, म्हंगाला, "सारं पुणं भेदरलंय. त्यातल्या त्यात बंगलीवाले तर लईच." "पण त्ये जक्कल-सुतार तर जेलात हाईत नाय का?" माया बोलण्यावर जाधव म्हंगाला, "आरं लोक म्हनत्यात, ते कवा भाईर पडत्याल याचा नेम नाय!"

येळ कुठं काढावा हा सवाल व्हताच. मुरली म्हंगाला, "चला, जनता पक्षाचं अधिवेशन दावतो." "व्हय, वाचलंय खरं आज पेपरात. तवाच पुण्यात माणसांचा पूर लोटलाय. पन आपल्याला कोन आत सोडील?" मया बोलण्यावर मुरली म्हंगाला, "आरं, चल तर खरं. आपून भाहेरूनच गंमत बघू." आमी बस पकडून

तिथं गेलो. मंडपाबाहेर ही गर्दी ! पांढरंफ्याक कापडं घातलेली पाच-पंचवीस मान्सं घोषणा देत व्हती. मनात इच्यार आला, संभर वरसाआधी महात्मा फुलेंनी गोऱ्या साहेबापुढं शेतकऱ्यांचा पुतळा दावला. तसं आपन करावं काय? मी मनातला इचार मुरलीला सांगितला. तो म्हंगाला 'येडा की काय? जनतावाले म्हनतील, शहा कमिशनचाच पुतळा जाळायला आणलाय? आपण का धोटेवाले हावोत, काय?' त्याचंही म्हननं पटलं. च्यायला, हे कमिशनचं गुऱ्हाळ किती काळ चालनार. म्हणतात ना, 'ताकात घातलं ढ्यांगन, सासूही खाईना अन् सूनही खाईना.'

तितक्यामंदी घोषना थांबल्या. जवळच्याच एका बुकाच्या दुकानापाशी गराडा पडल्येला व्हता. बुकाच्या बंडलाची हिसकाहिसकी चाललेली. म्या जाधवाला म्हंगालो, 'बघ रे काय चाललंय?' तो डोकावून परत आला आन म्हंगाला, 'आरं जागल्या, रावसाहेब कसब्यांचं 'झोत' फाडत्यात. संघवाले तुटून पडलेत.''

आता सिनेमात खेळ संपायच्या आधी जसी ढिश्यांव ढिश्यांव मारामारी आस्ते तशी मारामारी सुरू झालेली. एकानं तर भगवा झेंडा काढून काठीच फिरवायला सुरुवात केली. काहींची त्यानं टाळकी शेकली. आयला इंदिरा बाईनं दंडुकेशाहीनं मानसांचा आवाज बंद केला व्हता, आन आता तुमी काय करताय् ; शेवटी व्हायचं ते झालंच.' झोतच्या बुकांची पाचुंदभर माणसांनी पटांगणात होळी केली. आता होळीचे होळकर जमल्यावर यापरिस दुसरं काय व्हनार ! आरं, पण असं बुकं जाळून इचार जळतो काय? मुरली मला म्हणतो कसा, ''काय रे जागल्या, त्या बाईचा पुरुस इथंच असंल न्हाय काय?'' ''असंल बाबा, कुनी सांगावं?''

आमी मोकळ्या हवेत आलो तरी पन गुदमरायला लागलं. मुरलीला ड्यूटीची आठवण आली. आमी येरंडवनात पावलं वळवली.

जाधवानं घंटा वाजवली. मघाचाच परकार. कुनीच दार उघडीना. खिडकीतून मघाचीच बाई बघत व्हती. तिच्या शेजारी तिचा पुरुस. पुरुस म्हंगाला, 'कोण हवंय?' मुरलीनं मघाचीच थाळी वाजवली. पुरुस म्हंगाला, ''ओळखपत्र दाखवा.'' मुरलीनं त्याच्या समोर फोटू-कार्ड दावलं. पुरुस खिडकीतून बोलला, ''अहो, पण फोटोत दाढी कुठाय?''

''जा, तुमच्या साहेबाला घेऊन या. आम्हाला संशय येतोय.'' मुरलीचं टाळकं आता सटकलेलं. बाईकडे पाहून म्हणतो कसा, ''काय वो बाई, हेच का तुमचे पुरुस?'' खिडकीतल्या खिडकीत पुरुस वैतागला. 'पाहून घेईन... कंपनीकडून मेमो देतो बघ...!' असं काहीबाही बडबडत व्हता. मी पायऱ्या उतरता उतरता म्हणालो, ''काय रं मुरली, हा पुरुस असा कसा? डरपोक?'' मुरली म्हंगाला ''आरं त्येचं काय हाय, ही मान्सं झुंडीतच वाघ व्हत्यात.''

◆

महाराज

भिंतीला पाय लावून गोधडीवर लवंडलो व्हतो. भीत पत्र्याची असल्यानं डुगुडुगु हालत व्हती. डोळं आढ्याकडं लागलेलं. आज साला खाडा झाला व्हता. लोकलच्या गोंधळात गेटावर उशिरा गेलो व्हतो. सायबानं हुसकलं व्हतं कुतऱ्या-मांजरागत. झोपही लागत नव्हती. सारखा चुळबुळ करीत व्हतो. चाळा म्हणून गाने गुनगुनत व्हतो. 'शिवरायाचा आठवावा परताप, शिवरायाचं आठवावं रूप.'

अन मंग मनात इच्यार आला, आताच हे गानं कसं बरं आठवलं? मंग पेपरातल्या बातम्या आठवल्या. कुनी रायगडला फेऱ्या मारनार हायती, तर कुनी शिवरायाचा परताप सांगनार हायती गडावर. तिनसं वरीस झालं न्हवं का शिवरायाला जाऊन. इंदिराबाय तर हेलिकापटर की काय, त्याच्यात बसून अल्लाद गडावर उतरनार हाय. च्यायला कमाल हाय की न्हायी? आपन आपलं डोळं आढ्याकडं लावून म्हनावं झालं 'शिवरायाचा आठवावा परताप, शिवरायाचं आठवावं रूप.' साथीला टिऱ्या बडवल्या तर लयी मजा येती बघा.

तितक्यात पोरांचा गलका कानावर आला. पोरांची गंमतच हाये. मोठ्यांचा खेळ कवा उचलतील याचा नेम नाय. मोठ्यांच्या घोषना बदलल्या तर यांच्याबी बदलत्यात. 'हरहर महादेव' अशा घोषना कानावर पडत व्हत्या. तितक्यात एक-दोन पोरं माया नावानं कोकलत व्हती. दरवाज्याचा पत्रा बडवत व्हती. उटायला कटाळा आला व्हता. पन दार मोडायची भीती. दार उघडलं आन म्हंगालो, "काय रं पोरांनो, वरगनी पाहिजेल काय?" पोरं म्हंगाली, "जागलेबुवा हायेत कुठं? खुद तुमाला भेटायला महाराज येतात." मी म्हंगालो "आर पन कंचं महाराज?" पोरं म्हंगाली, "खुद शिवाजी राजे येत्यात."

च्यावला, मया कानांवर इश्वासच बसंना. तुकारामाला भेटायला शिवाजी महाराज

गेलं व्हते हे वाचलं व्हतं. पन आपली का तेवढी लायकी? पन आयला, शिवाजी महाराजानं तुकारामाला चांदी-सोन्याचं ताट नेलं व्हतं! तुकाराम म्हंगाले, ''सोनं - चांदी आमा मातीसमान.'' त्यानं धनदौलत नाकारली. सालं, आपन ते नाकारू शकू काय? आपल्या संसाराला तर हज्जार भोकं. आपलं काय खरं न्हाय. तरी पन शिवाजी महाराजाचा पाहुनचार कसा करावा ही काळजी पडली. म्या टाळी वाजवली. म्हंगालो, ''कोन हाय रं तिकडं?'' घरात कुनीच नव्हतं. आस्तुरी कामावर गेलेली. पोर शाळंत. फराफरा घर झाडलं. गोधडी साफसूफ केली. महाराज गोधडीवर बसतील की न्हाय, ही काळजी व्हतीच.

पोरांचा गलका घराजवळ आला. बघतो तो महाराज खरंच येत व्हते. एक हातात तलवार... घोड्यावर बसलेले...'चंदराला म्हनतो उगवू नको, आन सुरयाला म्हंतो मावळू नको,' असं तेज चेहऱ्यावर. सोबत मातूर नेहमीचा फोटूत पायलेला लवाजमा नव्हता. मी लगेच पुढे व्हून मुजरा केला. इजेच्या चपळाईने महाराज उतरले. वळख असल्यासारखे हासले. म्हंगाले, ''बरा हायंस ना जागल्या.'' मी उदास हसलो. पुढं होऊन म्हंगालो, ''महाराज चलावं, गरिबाचा पाहुनचार गोड मानून घ्यावा. पन बसायला शिंहासन न्हायी महाराज.''

'आरं त्याची फिकीर करू नको' असं म्हनत त्ये गोधडीवर येऊन बसले. गार पान्याचा गिलास हाती देत म्हंगालो, ''महाराज, कसं येनं केलं?'' ते हासून म्हंगाले ''आरं रायगडाला जात व्हतो. तुझी आठवन आली.''

''पन महाराज, इमानानं न्हाय का जायचं?'' मी भीत भीत इच्यारलं. ''आरं, मजल दरमजल करीत रयतेची खुशाली इच्यारत जावं म्हनतोय.''

''काई खरं न्हाय महाराज-

'पाया उन्हामंदी बिगारी खांदिती, टोपली वाहती मलम्याची । गगनी पहाडी गवंडी चढती, विटा त्या मांडिती गाव्यामधी । पोटासाठी सर्व यातना भोगिती, नाही पोटी कामकऱ्या । संध्याकाळ झाली, आशीर्वाद देती । बुडवून जाती गरीबाला । धनी कामगार तोंडाकडे पहाती । शिळंपाकं खाती सावकाश ।''

''आरं पन आता आपलं राज हायेना?''

''कसचं काय महाराज, कुंपनच सारं शेत खातंय बघा.''

''आरं, पन आपले मावळे काय करतायत?''

''त्यांचं काय सांगू महाराज; सारे संस्थानिक झालेत. कुनी झेडपी पकडून हाय, तर कुनी साखर कारखाने. तर काही दिल्लीकडं त्वांडं करून बसलेली, जशी दिल्ली फिरते, तशी यांची तोंडं फिरत्यात. सत्तेच्या तुकड्यासाठी कुनाफुडंही शेपूट हालवत्यात बघा! रयत तर वाऱ्यावर. त्यांच्यावर गोळ्या आपलंच सरकार झाडतंय. मागच्याच आठवड्यात कांद्याला भाव मागत्यात म्हनूनश्यान शेतकऱ्यांवर गोळ्या

झाडल्या. एकजन रगताच्या थारोळ्यात रंगला बघा.''

''फारच भयंकर! आरं, याचा मला ठावठिकानाच न्हाय. मला आपलं उभं केलं गेट आप इंडियाम्होरं समुंदराकडं त्वांड करून. आता तूच सांग, हातात तलवार घेवून समुंदराकडं त्वांड करून उभं राहान्याचे हे का दिस हायेत? जग कुठं चाललंय?'

''काय करायचं महाराज, आपलंच त्वांड आन आपलंच व्हाट.''

''आरं, आसं गुडघ्यात मान खुपसून कसं चालेल? म्यां कवा दिल्लीच्या तक्ताला भ्यालो न्हाय. सरदार, भालदार, चोपदार जाऊ देत खुशाल. मावळ्याला जमा केलं पाहिजेल... लढे उभारले पाहिजेल...'' महाराज जोसानं बोलत व्हते... कानात परान आनून म्यां ऐकत व्हतो.

महाराजांना काय तरी पाहुनचार द्यावा, याची मला आठवन झाली. म्या म्हंगालो, ''महाराज, दमून आलासा. थोडा भाकरतुकडा खावा.'' महाराज म्हंगाले, ''लेका, सारी तहानभूक हरली बघ. मला जावू दे. पन मया मुक्या जनावराला काय तरी चारापानी घाल.'' दाराशी घोडी फुरफुरत उभी व्हती. घोडीला खायला काय घालावं या इवंचनेत मी. हिरवागार चारा कुठून आनावा? चंदी म्हणून रेशनचं गहू सुपात घेतलं आन घोडीफुडं गेलो. रेशनचं गहू पाहून घोडीनं त्येचा वास घेतला आन त्वांड दुसरीकडं फिरिवलं. घरात तसाच परत आलो. महाराजाला काय सांगनार?

थोड्या येळानं महाराज उठले. म्हंगाले, ''चलतो जागल्या.'' महाराजांचे डोहे पान्यानं डबडबले व्हते.

मी म्हंगालो, ''आता रायगडाला जाता महाराज?''

''न्हायी जागल्या, तिथं आता मी नसतो. दगडगोट्यात आता काय राहिलंय?''

''एक इचारू महाराज, मला मोठं नवाल वाटतं. तुमी तर आमच्याचसारकं बोलता. नाटका-शिनेमासारखं, त्या पुरंदऱ्यासारखं जाडं जाडं संस्कृत वानीत बोलत न्हायी?''

''आरं ते सारं मराठी नाटककारांनी लिव्हलेलं. काहींनी तर धंदा केलाय. आता तूच सांग, म्या का मया आईफुडं मांडी घालून बसून 'आईसाहेब ऽ ऽ म्हनायचो? आरं मी तर 'आये' म्हनूनच हाक मारायचो.''

म्या पुना मुजरा केला. लांबवर जाईपहोतर म्या त्याला डोळ्यांत साठवत व्हतो.

◆

आमी पुण्याचे बामण हरी

शनिवारचा दिवस व्हता. येळ कसा काटावा या इच्यारात डोक्याचा गोयंदा झालेला. वाटलं, एखादं फसकलास नाटक पाहावं. आपाप शिवाजी मंदिराकडं पाय वळलं. बघतो तो थेटरावर तोबा गर्दी. च्यायला, तिकट मिळणार न्हायी. बहुतेक सावरकरावरचं नवं नाटक असावं. बघतो तो शनिवारच्या नाटकाची पार्टी न्हायी. काय भानगड म्हणूनश्यान अवतीभवती बघू लागलो. एकाला इचारलं, 'काय राव, कंचा खेळ?' तो बघतच राह्यला. मी आताच एस्टीतून उतरलोय, असं त्याला वाटलं. तो म्हणाला, "काय पाव्हणं, तमाशा गवसला न्हाय वाटतं?" च्यामारी सफेत पोषाखवाल्यालाच नाटक कळतं काय! शेजारचा म्हंगाला, "पाव्हनं, आज नाटक न्हाय. आपल्या भावे अण्णांचा सत्कार हाय. लांब लांबून मोठी मान्सं आल्यात. मी इचारलं "कोण भावे? पवणारवाले इनोबा?"

त्याला माहा सवाल येडगळ वाटला. म्हणतो कसा "काय, भावे अण्णा तुमाला माहीत न्हायीत? आवो ते आपले पुण्याहून मायंदाळ मतांनी निवडून आलेले मऱ्हाटी संमेलनाचे अध्यक्ष!" तवा कुठं माझी बत्ती पेटली. हाळूच इच्यारलं, "तिकट कुठं मिळतंया?" मगाचाच म्हंगाला, "याला तिकीट न्हाय." च्यायला फुकाटचीच गंमत ! नवाल वाटलं. लहानपनी ढब्बूत गंमत पाहायला मिळायची... 'पत्ते का राजा देखो रानी का बाग देखो'... इथं तर ढब्बूही खरचायला नको. कुठंतरी येळ काढायचाच व्हता. तमाखू हातावर मळली, त्याची गोळी व्हटाखाली ठिवली; तरातरा पायऱ्या चढूनश्यान आत गेलो. थेटरात अंधारच व्हता. गचके खात रिकाम्या खुर्चीवर जावुनश्यान बूड ट्याकलं.

थेटर हाऊसफुल व्हतं. फुकाटचीच गंमत; तवा गर्दी व्हनारच. दिवाळीत टांगतात तसे कागदाचे दिवे टांगलेले. 'साधुसंत येती घरा, तोचि दिवाळी दसरा'

असं वाटलं. पडदा बाजूला झाला. बघतो तो बोर्डावरही अंधार! मेणबत्त्या पेटल्या. वाटलं, लाईट गेली का काय! पण तसं काय नव्हतं बघा. नव्या नाटकाची इस्टाईल व्हती. दिवे लागले. समद्यांचे मुखडे दिसू लागले. काणेकराला पाहून वाटलं, हा बुवा सगळीकडं आस्तो. शेजारचा मानूस मला सांगत व्हता, "ते मधल्या जागेत बसलेत ना, तेच अण्णा!" तमाशातला राजा बसतो ना तसा खुर्चीवर बसलेला. गोरापान. बगळ्यावानी पांढरी पांढरी फ्याक कापडं, टक्कल पडल्यालं. उतारलेल्या मान्सावानी थकलेला. त्याच्या दोन्ही कडंला मोठी मोठी मान्सं दिसत व्हती. एका बाजूला नारायण आठवले, मधुसूदन कालेलकर, वसंत कानिटकर, मिरासदार, ललिता बापट, तर दुसऱ्या आंगाला राम शेवाळकर, माधव गडकरी, विद्याधर गोखले, पुण्याचे संघाचे गोखले, पुरुषोत्तम दारव्हेकर. मला आपलं उगाचच वाटलं, यात बाबा आढाव आले तर.... सारी बामणी वळणाची मान्सं येचून आणली व्हती. एक दाढीवाला बाबा हार घालीत व्हता. पाचपन्नास लोकांनी हार घालण्यासाठी रांग लावलेली. हार घालताना भावेला काही लोटांगण घालत व्हते. वाटलं, भगवी कफनी घातली आस्ती तर भावे रजनीश दिसले आस्ते. संस्थांची नावं पुकारत व्हते. बामन सेवा संघ, इद्यार्थी परिषद, हिंदू महासभा, मसुरी आश्रम वगैरे वगैरे. गोखले सांगत व्हते. 'वा वा! काय हे हार हिमालयाएवढे उंचीचे!' हासायला येत व्हते. मुंगीला मुताचा पूर म्हणत्यात तो हाच.'

गमतीला सुरवात झाली. गोखले सूत्रधार असत्यात. ते म्हणतात "ही रोषनाई केलीय ना, ती वाघानं (मला कळलं न्हायी कंचा वाघ - शिवसेनेचा की रानीबागंतला. शेजारच्यानं सांगितलं- नाटकवाला वाघ) आपल्या पाठीमागे स्वयंभू गणपती त्यांनीच चितारलाय (गणपती दिसत असतो; पण स्वयंभू म्हणजी काय कळत न्हायी) सभंला अध्यक्ष लागतो. तो गणपतीच्या ठायी आपण मानतो. तवा आजचे गणपती अनंत काणेकर." (हशा) नाटक चाललंय की सभा, हे मला कळंना. आयला तमाखू चांगलीच चढली की काय मला? मी शेजारच्याला विचारलं "काय राव, तुमाला गाणं ऐकू येतंय?' तो माझ्याकडं खुळ्यावानी पाहू लागला. तेंडुलकराचं 'घाशीराम कोतवाल' बोर्डावर दिसू लागलं. मी डोळे चोळून बघत व्हतो. अंगाला चिमटा घेऊन पाहिला. झालं काय?

.......बोर्डावरची मान्सं एका तालात नाचत असतात. अनंत काणेकरांनी गणपतीचा मुखवटा एका हातानं तोंडापुढं धरला हाये. आणि कोरसमंधी सारे गातात.

'आमी पुण्याचे बामन हरी
भावे अण्णापुढे नर्तन करी'

भावे अण्णा पालखीतून येतात. त्यांनी हातात गुलाबाचे फूल धरलेलं. पोरीबाळी

छत्रचामरे हलवू लागतात; कुणी सनई-चौघडा वाजवू लागतात. एक एक पात्र पुढ्यात येऊन बोलू लागतं. बोहड्यातल्या सोंगावानी. सारं काही समजत न्हायी. जेव्हढं आठवतं तेवढं सांगतो.

'हे आपले भावेअण्णा. धैर्याचे मेरुमणी.. खऱ्या अर्थाने पुरुषोत्तम. यांचे वर्णन आम्ही पामरानी काय करावे? कुमारसंभवात कालिदासाला पार्वतीचे वर्णन करता आलं नाही. शंकराच्या मांडीवर बसण्याची जिची लायकी अशी रूपवान पार्वती. सहस्र बायांना नाकारून शंकराने पार्वतीला मांडीवर बसवले. म्हणजे ती किती रूपवान असेल?' (मलाही शंकराच्या मांडीचा हेवा वाटू लागला. भावेंचा आणि पार्वतीच्या रूपाचा कसा सांधेजोड करावा, हे माझ्या टाळक्यात घुसेना.)

एका पात्रानं तर कमाल केली ते म्हंगाले, 'भावे अण्णा चार वर्ण मानतात. (च्यामारी! काय हे धाडस? शंकराचार्यावरही ताण!) पुढे ते पात्र बोलतं. पण यांच्या देहातच चार वर्ण आहेत. (हा खरा बामणी कावा) बुद्धीने ते ब्राह्मण (म्हंजी दलित मंडळी डोक्यानं म्याट काय?), वृत्तीने ते क्षत्रिय (टेबलाला धरून भावे बैलासारखे डरकाळ्या फोडीत व्हते), कामाचा मोबदला घेताना ते वैश्य (म्हंजी लेखनाचा मोबदला, ते पै न् पै वसूल करत असत्याल), समाजाची सेवा करताना ते 'शूद्र' (व्हय- एक पात्र बोललं खरं) ते झाडाची पानं उड्या मारून तोडत्यात. हसायला येत व्हतं. त्याची सेवा बघून उभं राहून विचारावंसं वाटलं, 'काय वं भावेअण्णा, डावा हात पैसे घेताना तुम्ही पुढं करीत न्हायीत, अन्नाला डावा हात शिवू देत न्हायीत, देवाचा प्रसाद उजव्या हातावरच घेता. म्हंजी तुमचा डावा हात शूद्राचं काम करतो. म्हणूनशान हा दंड करता काय?' भावेअण्णा कधी काळी नौखालीला गेले व्हते. तेथे जाऊन त्यांनी हिंदू बायकांचे आसू पुसले. त्यांच्या कपाळावरचं पुसलेलं कुंकवाचं फडकं त्यांनी आणलं. या धाडसाचं समद्यांनी रसभरित वर्णन केलं. इचारावंसं वाटलं, 'भावेअण्णा, बामणगावी दलित स्त्रियांची नागडी धिंड काढली. नारनवरेला बळी दिला, भागवत जाधवला दगडांनी ठेचलं, गवई बंधूंचं डोळ काडलं, बेलचीला खांडववन जाळलं, तवा का बरं आसं धावून गेला न्हायीत? तवा कुठं गेला व्हता तुझा पुरुषी बाणा? त्या साऱ्या भाषणात आवडलं ते माधव गडकरीचं भाषण. वाघाच्या गुहेत जाऊन त्याचे दात मोजण्याचंच काम गडकरींनी केलं. वाटलं, याची आता गठडी वळतील. थोड्या येळानं बघती तो हा माणूस दिसलाच न्हाय बघा! जगाच्या राजकारणात तुमचं हिंदुत्ववादाचं तुणतुणं कुठं वाजणार हाये ते सांगा,' असा परखड सवाल केला बघा त्या गड्यानं.

नाटकासारखा इथंही इंटरव्हल झाला व्हता. देहधरमाकरता सुटी दिली असं गोखलेजींनी ठराव मांडला व्हता. खरं म्हणजे त्यांना 'मुताया' असं म्हणायचं व्हतं. पण शुद्ध शब्द वापरताना ही मंडळी आसंच गुलदस्तात बोलतात, 'पोलिस' न्हायी

'अंगरक्षक', 'हजर' न्हायी 'उपस्थित', 'ठेवलेली' न्हायी 'अकुलीना', 'मुसलमान' न्हायी 'म्लेंच्छ', 'पाकिस्तान' न्हायी 'पापस्थान' वगैरे.

एकाएकी तुताऱ्या वाजू लागल्या. कानठळ्या बसल्यागत झालं. मी दचकून मागंफुडं पाहू लागलो. तेव्हढ्यात तुताऱ्या वाजायच्या थांबल्या. मंग 'रक्षक' का काय म्हणत्यात, तो मोठमोठ्यानं इवळाया लागला, 'गोब्राह्मणप्रतिपालक हिंदुधर्मरक्षक महाराजधिराज पुरुषोत्तम भास्कर भावे ऊर्फ भावेअण्णा, डोंबिवलीकर आता बोलत आहेत ऽ ऽ खा ऽ मो ऽ श ऽ ऽ!' एकदम सगळीकडं चिडीचुप झालं. मायाबी उरात एकंदर वातावरण बघूनशान एकदम धडकीच भरली. वाटलं, खरंच आपण राजवाड्यातच आलोय आन् जर का काय चुकलंमाकलं तर आपली धडगतच न्हायी.

समदीकडं चिडीचूप झाल्यावर भावेअण्णा बोलाया उभं राह्यले. जल्मात पाहिल्यांदाच भावेअण्णाचं भाषण ऐकत व्हतो. एखादा डरकाळ्या फोडणारा वळू आपल्या शिंगानं माती उकरू लागतो, तसं भाषण वाटलं. टेबलाला धरून भावेअण्णा बोलत असत्यात. भाषाण लय विनोदी! 'मला हिंदुत्वाचा अभिमान आहे. आम्हीच खरे मानवतावादी. आम्ही गायीला चारा घालतो. मुंगीला साखर घालतो! (बाबासाहेब आठवले. मुंगीला साखर घालणारा अन् माणसाला हैवान करणारा धरम काय कामाचा?) 'बाकीचे धर्म माणसाच्या माना मुरगळतात. आम्ही त्यांना सांगतो. तुम्ही तुमच्या वाटेनं जा, आम्ही आमच्या जातो.' (मनात आलं, हिन्दू नावाची चीज समाजात हाये काय? किराणा जसा बाजारात मिळत न्हायी तसा हिंदू-हिंदूची फोड केली तर काय दिसतं? जातींचा बुजबुजाट) 'मी खरा राजाच झालो आस्तो. पण खतरूड माणसांत माझा जल्म झाला.

वाटलं, खरंच भावे राजा झाला असता तर कसा दिसला असता? हत्तीच्या अंबारीतून भावे चालला हाये. शनिवारवाड्यापुढं बामणांच्या पंगतीच्या पंगत उठत हायेत. सरवांनी हाफ चड्डया घातल्यात. हाती काठी घ्यावी हे फरमान निघालं आहे. दलितांच्या तोंडापुढे मडकं आनी पाठीमागे बोराटाची काठी लटकावली हाये. माझ्या मनातला इच्यार भावेअण्णाला समजला की काय? ते मोठ्यानं ओरडले, 'कोण हायरे तिकडे? या जागल्याला रायनाकासारखे टकमक कड्यावरून खाली फेकून द्या!...'

मला शेजारचा माणूस हलवत व्हता. मला केव्हा झोप लागली हे समजलंच नव्हतं. सभा संपत आल्याली. सारे वंदन करायला उभे रायले आन सुरात सूर मिसळून गाऊ लागले

आमी पुण्याचे बामण हरी
भावे अण्णापुढे नर्तन करी ।

◆

टावर

दया पवाराची काल-परवा गाठभेट झाली. नेहमीची झ्यामझ्याम व्हती. कुत्रं पाठीमागं लागल्यावानी. जवा पाहावा तवा सभा-संमेलानामदी, नायतर मैतरांच्या कोंडाळ्यात. म्या हाटकलं, 'काय कवी, लय सुटलात. कंच्या गिरणीचं पीठ खाताय? का कंची पार्टीबिर्टी धरलीय- घाल सडाला हात की काड मायंदळ दूध. नाय म्हंजी तुमचे मैतर कुठंकुठं पोचल्यात म्हणूनश्यान इच्यारतो.'

हातानंच चेहऱ्यावरचा घाम पुशीत ते उदास हासले. म्या इचारलं, 'कुठं बिगार टाकायला गेला व्हता?' म्हंगाले 'टेलिव्हिजन सेंटरातून येतोय. तिथं सरदारांची मुलाखत घ्यायची व्हती.' असं म्हणूनश्यान झोळीतून पुड्या बाहेर काढल्या. पुड्या सोडायची यांची जुनीच सवय. डोकावून बघू लागलो इतका, की मुंडासं पडायचं.

सांगू लागले, 'अरे जागल्या, गंमतच झाली. टेलिव्हिजन सेंटरात स. शि. भावे भेटले. म्या इच्यारलं, 'हे कंचे भावे?' ते म्हंगाले, 'येडा की काय ! मोठे इच्यारवंत हायेत. पुन्यात राहातात.' म्या डोकं खाजवलं. 'सत्यकथे'तला त्यांचा मजकूर आठवला. पन सारं डोक्यावरून गेलं व्हतं. 'बरं मंग त्याचं काय?' त्यांनी लामन लावली, 'इनय धुमाळे हायेत ना, त्याच्यांपाशी या भाव्यांनी टुमनं लावलं. म्हंगाले 'सेंटरच्या आवारात हा लोखंडी टावर दिसतोय ना, त्याच्यावर चढू द्या. मला हायकिंगची सवय हाय.' म्या इचारलं "अहो कवी, हे हायकिंग काय आसतंय?"

डोंगरावरची पायपीट त्याला हायकिंग म्हनत्यात, असं जवा कवीनं सांगिटलं, तवा मला हसायलाच आलं. म्हंजी गो. नी. दांडेकर डोंगरावर जावूनश्यान तिथली दगडमाती आनतात, तसलंच ये काही आसंल, असं मनात म्हंगालो. आरं, ही मान्सं अशी मान्सापासून दूर का पळत्याती? "मग चढू दिलं काय भावे इच्यारवंतांना टावरवर?" कवी म्हंगाले, "सरकारी हुकूम नव्हता- पण धुमाळे दिल्लीला आडवानी

साहेबाला इच्यारनार हायेत. जवा चढतील तवा तुला बोलावतील बघायला,'' असं म्हनूनश्यान कवीनं आपली झोळी आवरली आणि चालू लागले. मला मातूर कोडं पडलं व्हतं. वाटलं, ही सारी भावेमंडळी अशा गंमती कशा करतात? पवनारवाले भावे म्हंगाले, 'पोरं जादा व्हत्यात ना, मंग मनावर कंट्रोल करा!'(आता आली का बलामत?) तर दुसरे भावे म्हंजी पु. भा. म्हंगाले, 'खर्तुड देशात जन्माला आलो, न्हायतर राजाच झाला असतो! (जसं काय पेशवाईत लाडू कमी मिळल्यात.) अनंत भावे आन पुष्पा भावेंचं तर काही इचारूच नका. जसं काय दुसरं स्वांतत्र्य आपणच आणलंय या तोऱ्यात सदा. यांनी तसं कामाचं वाटाप करून घ्यातलंय. अनंत भावे टेलिव्हिजनवर रतीब घालतात. तर पुष्पा भावे फिलम बोर्डावर चढल्यात. म्हंजी दुसरं स्वातंत्र्य खूपच फायद्यात पडलंय म्हणायचं!

तर काय सांगत व्हतो, स. शि. भावे टावरवर चढले तर विनोद वाटायला नको. मोठ्यानं श्यान खाल्लं तर औषध म्हणूनश्यान खाल्लं असं व्हतं, आन साध्या मानसानं खाल्लं तर लोक त्याला येडा ठरवत्यात. आपले पंतप्रधान मुरारजी न्हाय का मूत पीत? तुमी आमी पिवून बघतो का? आवं लोक दगड मारतील. मागं एक येडा खरंच टावरवर चढला व्हता. त्याला पोलिसाच्या ताब्यात दिला म्हनत्यात.

पन तसं काय स. शि. भावेंना करणार न्हायीत. ते इच्यारवंत हायीत. पन या इच्यारवंताला असं टावरवर चढावंसं का बरं वाटलं असावं? मागं एकदा यांनी सत्यकथेत लिहलं व्हतं, 'जो जो कलावंत समाजाकडे ओढला जाईल तो तो त्याची कला पातळ होत जाईल.' म्हंजी त्यांचं बरोबरच हाय. टावरवर माणूस गेला म्हंजी पवनारवाल्या भावेसारखा तो अनुरेनूत जाईल आन चिंरतन कला निरमान करंल. मराठी साहित्याचं भलं व्हावं म्हणूनश्यानच भावे टावरवर चढत हायेत.

त्यांना आपुन खालूनच टाटा करू या.

◆

साहित्य सहवास

ममईत आन मधाचं पोळं ? तुमाला नवाल वाटलं असंल, पन हाय असं मधाचं पोळं. लांबलचक खुलं थेटर आन शिमेंट कांक्रिटच्या जंगलामदी एका बिचीत लागलेलं बांद्र्याच्या खाडीला लटकलेलं. कुनी त्याला 'साहित्य सहवास' म्हनत्यात. आता साहित्य आलं म्हंजी त्यापाठोपाठ लेखक आलेच. आन मंग मधाचाही धंद्या आलाच. दिवाळी आली म्हंजी या धंद्याला लयी बरकत. बादल्या भरभरून मध. आवं, असं त्वांड का वासलं? तुमाला डाऊट आला की काय? त्याचं काय हाये, शहरात चोख मध कुठून मिळनार? आजूबाजूला साऱ्याच वेपारात भेसळ चाललिया, तवा लेखकबी भेसळ करनारच. वास येण्याकरता चार-दोन मधाचे थेंब; बाकी गुळाची काकवी ओतत्यात. तुमी खरा मध चाखला असला तर फरक कळंल. न्हाय तर जिभल्या चाटीत म्हननार, 'वा काय ग्वाड, ब्रह्मानंदच. याला म्हनत्यात कलेतला आनंद.'

तुमाला एक मातूर सांगून ठिवतो, मधाचं हे गळीत सुरू झालं म्हंजी तिकडं डोकावू नका. सारी मंडळी कडीकुलपात बंद. बाहेरून दिसावं गावाला गेलेत, पन आत गळीत चाललेलं. तुमी डोकावतेत तर दार किलकिलं करून म्हनतील, 'फोन करून न्हायी का यायचं?' लगीच दार बंद. तवा तिथं जाताना म्यानर्स पाळायला हवीत. त्याचं बी चुकत न्हाय म्हना. त्यांचा सारा हिशोब चाललेला. इतका मध (काकवीची भेसळ करून) गाळला की, या दिवाळीला टी. व्ही., न्हायतर फ्रिज. हाये की नाही कमाल! तुमी आमी बसा वझी वहात?

सांगनार नव्हतो, पन व्हटावर आलंय तर सांगतोच. एकदा असाच या बाजूला आलो व्हतो. उन्हात रस्त्यावर डांबर इताळला व्हता. घशाला कोरड व्हती. इच्यार केला, जावं; घोटभर पानी प्यावं. दादर चढलो आन घंटी वाजवली. गेलो ते घर,

एका प्रसिद्ध कथालेखिकेचं व्हतं. वीस-पंचवीस कथांचा मध हमखास बाई दिवाळीत गाळत्यात. बाईंनीच दार उघडलं. मला पाहताच म्हनाल्या, "माझा दर माहीत हाये ना?" मी तर चांगलाच बावचळलो. रस्ता तर चुकलो न्हाय ना म्हणूनश्यान डोकं खाजवलं. "बाई मी आलोय.." मला बोलू न देता बाई मध्येच म्हणाल्या, "अहो, माहीत हाये, संपादक ना तुमी? पहिले पैसे घेईन." बाईचा काय घोटाळा झालाय हे माझ्या आताशी ध्यानात आलेलं. मी चाचरत बोललो, "बाई, मी संपादक न्हायी. मी आलोय...." बाई इजंवानी कडाडल्या, "मग माझा का टाईम खाता? किती मोलाचा वेळ गेला. शेवटचा घाना काढत व्हते.. अहो, काय कलात्मक क्लायमेक्स हाये....." असं बोलतच बाईनं दार फाटकन लावून घेतलं. साहित्य संमेलनातली वळख बाई कसी इसरली, ह्येचा मला अचंबा वाटत होता.

तवापासून 'साहित्य सहवासा'त जायचं म्हंजी मी चांगलाच टरकतो. मागच्या आठवड्याची गोठ. नेरूरकरांचं आवतण आलं. म्हंगालो, 'जावं. लयी दिवस झालं भेटलो न्हायी. काविळीतून उटलेत.' आता नेरूरकर म्हजी सारंच ऐसपैस. उगाच न्हायी त्यांना पँट घातलेला ढग म्हनत. कवा त्यांच्या डोळ्याला धारा लागतील हे सांगता यायचं न्हायी. आंबेडकर मार्गानं चालले म्हंजी त्यांन वाटतं, जसं काय आपुन आंबेडकरांबरोबरच चाललोय. एकदा एक दलित कवी गात होता. 'पानी कुठवर आलं ग बाई'. हे लागले लगेच रडायला. वानखडेच्या दुखवट्याला सभेतही ढसाढसा रडले. तवा असा हा पँट घातलेला ढग. आता हे खोटं रडतात असं मातूर कवाच वाटत न्हायी. एक मातूर आहे, ते एकदा बोलायला लागले म्हंजी कवा गाडी आफ्रिकेत न्हायतर मॉरिशसला जाईल, हे सांगता यायचं न्हायी. अनेकदा ऐकलेल्या बाता ते तुम्हाला पुना पुना खुलवून सांगत्याल. आफिकेतली त्यांची पेटंट गोठ. ते एका आफ्रिकन लेखिकेला (काळी होती की गोरी हे इच्यारायचं राहून गेलं) भेटायला गेले. गेले तवा ती टबात अंघोळ करीत व्हती. एक-दोन तास तिची अंघोळ चालनार. नेरूरकरांना तर बोलायची घाई झालेली. बाईनं काय करावं? दोघांचं बोलनं फोनवर सुरू. बाई टबात तर नेरूरकर बाहेरच्या दिवानखान्यात. हाये की न्हायी गंमत? तुमा आमाला नको नको त्या आयडिया येनार; पण नेरूरकर स्थितप्रज्ञ, केवळ मुलाखतीवर ध्यान.

हे सारं आठवतच नेरूरकरांकडे गेलो. 'फुलरानी' च्या पायऱ्या चढता चढता धाप लागली. नेरूरकर पाहताच म्हंगाले, "अरे बरं झाला आलास. आज साहित्य सहवासात ब्रह्मकमळ फुलनार हाये." मला काहीबी कळंना. मी म्हंगालो, "आवं, ब्रह्मकमळ काय भानगड आहे ते तरी सांगा."

"काय! तुला ब्रह्मकमळ माहीत नाही?" डोळे किलकिले करत ते म्हंगाले.

मी नन्हाचा पाडा वाचला. शाळेत समजून द्यावं तसं ते मला ब्रह्मकमळ समजून

देवू लागले "अरे बाबा, या झाडाला वरसातून एकदाच फुलं येतात. अन् दुसऱ्या दिवशी गळून पडत्यात. आपले पाटनकर हायेत ना, त्यांच्या गॅलेरीत फुलनार हाये ते आज रातीला. चांदन्यातच ते फुलतं."

"पाटनकर म्हंजी ते सौंदर्यशास्त्राचे डाक्तर हायेत ते का?"

"व्हय, बरोबर वळखलंस. या ब्रह्मकमळाचा किती बोलबाला झालाय म्हणून सांगावं? सारं 'साहित्य सहवास' लोटनार हाये पायला." मग ब्रह्मकमळाच्या पाकळ्यावर ते बोलू लागले. एकाएकी यांना मॉरिशस आठवला.

"मी मॉरिशसमध्ये ब्रह्मकमळ पायलं. काय त्याचं तेज! लाल रंगाचं, रक्तासारखं."

आयला आता आपल्याला मॉरिशसच्या ब्रह्मकमळावर भाषन ऐकायला मिळनार. मी म्हणालो, 'मॉरिशसमधी कमळ असेल, पन ते 'बह्म' नसेल. ह्ये 'ब्रह्म' तर आपल्याच देशात हाये.'

"येडा हायेस, ते तर आपलेच बांधव. इथूनच गेले व्हते गुलाम बनून."

"न्हाय पन, मला हे भगव्यावर इळा-हातोडा असं वाटतंय."

नेरूरकर माझ्या बोलण्यावर हासले. मॉरिशसमधी म्हनत्यात साप न्हायीत. जवा नेरुरकर पुना मॉरिशसला जातील, तवा त्येच्या कोटाच्या खिशात साप सोडन्याची आयडिया मला सुचली. आन हसू आलं.

"का रे हसतोस?" नेरुरकरांचा सवाल. बाप रे, सारं मराठी साहित्य उतरलं व्हतं. नामदेव ढसाळची आठवन आली. त्यो येक निळा नकाशा घेऊन हिंडतोय. त्याच्या डोक्यात दलित साहित्य सहवास घोळतंय. इमारतीची नावेही पक्की केलीत. गोलपीठा, कोंडवाडा, छावनी हलते हाये, गावकुसाबाहेरचा बंगला, सूड....आरं पर म्हनावं ब्रह्मकमळाचं काय?

इचारातच आमी पाटनकरांच्या घरात येतो. पाटनकर विष्णूच्या पोझमधी कोचावर पहुडलेले असतात. मी उगाचच त्येच्या बेंबीच्या दिशेनं पाहतो. तिथं ब्रह्मकमळ फुटलेलं नसतं. आमाला पाहताच ते उटतात. गॅलेरीच्या बाजूला एक मखमली पडदा झिळमिळत असतो. आमी जाजमावर बसत न्हायी तवर काही मंडळी येवू लागत्यात. कायी मी वळखत असतो, तर कायींची वळख नेरूरकर सांगत असतात. शांता शेळके, धोंड, कुलकर्णी गप्पा मारत आतमदी येतात. शांताबाईनं पदर डोक्यावर घेतलेला. बाईनं मांजर कयाला बरं सोबत आनलं, हा मला सतावनारा सवाल. कायी लेखकांच्या घोळक्यात राम पटवर्धन असत्यात. खास चुनाभट्टीवरून ते ब्रह्मकमळ पाहायला आलेले.

"पाटनकर, काय येळ हाये?" धोंड तोंडात पानाचा इडा कोंबीत इचारतात.

"कानेकर यायचेत, आजच्या प्रोग्रामचे ते अध्यक्ष हायेत."

"करंदीकरांना केलं तर न्हायी का चालनार? त्येंना साठ वरीस झालीत."

शांताबाईचा सवाल......

घोळक्यातून करंदीकर कोपरीच्या खिश्यात हात घालीत कोकनी ढबीत म्हनत्यात, ''मी आयुष्यभर कुटं अध्यक्ष झालो न्हायी. माझं ते व्रत हाये. तसा मी फार दुबळा हाये. पन आयुष्यभर हे मी जपलंय.''

''मी पानभर लिहायचं असंल तर दोन-तीन महिने चिंतन करतो. वाटेल तवा मला बोलता येत न्हायी.'' करंदीकर आवाज चढवून नाकात बोलतात.

''कवी संमेलनाची शान आमीच वाढवलीय. न्हाय तर रविकिरनवाले! स्वतःच्या पैशानं कविता म्हनायला जायचे!''

''पन अनंत कानेकरांना काय वाटेल?'' कुनीतरी मदीच कुजबुजतं. सारेच हसतात. तितक्यात डुलत डुलत अनंत कानेकर येतात. त्यांच्याबरोबर जोशी, गाडगीळ असतात. नारायण आठवले, अनंत कानेकरांना मखमली पडदा ओढन्याची इनंती करतात. मखमली पडदा बाजूला व्हतो. तिथं कुंडीत ब्रह्मकमळ फुललेलं असतं. सारे 'वा वा' म्हणून टाळ्या पिटतात. फोटोग्राफर भराभर फोटो खेचतो. भाषनं झडू लागतात. अनेकांना ब्रह्मकमळ म्हंजी सृजनशील प्रतिभेचा आविष्कार वाटत असतो. पाटनकर त्याचं सौंदर्य वर्णन करतात. पाकळीन पाकळी ते उलगडून दावतात. ''हे ब्रह्मकमळ तुमाला अलौकिक वाटत असेल, पन ये तसं लौकिकच हाये.'' अनेकांना त्यांचा हा विनय वाटत असतो. मग मर्ढेकरांच्या घरी कसं ब्रह्मकमळ फुटलं व्हतं त्याचं गाडगीळ रसभरीत वर्णन करतात.

नेरूरकर हातवारे करत बोलायला लागत्यात. 'माहीत हाये. मर्ढेकरांच्या ब्रह्मकमळाची तारीफ आता करता! मर्ढेकर जिवंत असताना तर 'सत्यकथे'च्या चावडीवर त्येंची टवाळी व्हायची. आमच्या भटांनी सुरवातीला खतपानी घातलं. राम पटवर्धन चुळबुळ करत असतात. ते नेरूरकरांना अडवतात. आनी ठाम लयीत खालच्या सुरात म्हनत्यात, ''हे साफ खोटं हाय. मर्ढेकर गेल्यापाठीमागं भागवतांनी त्ये आपल्या घरी जोपासलं. त्येच्या सुगंधाच्या पुड्या बांधल्या. काही पाकळ्या तावीतात घातल्या. इद्यापीठात विकल्या. नवी पिढी बघा. साऱ्यांच्या दंडावर तावीत दिसतोय.'' विजयाबाय आपले पुढे आलेले केस मागं सारीत म्हनाल्या, ''आवं मर्ढेकरांच्या ब्रह्मकमळाला नाकारणारा आज कोन मायेचा पूत जनमलाय? पन मला आठवन येते ती जर्मनीची. तिथंही ब्रेख्तच्या घरी ब्रह्मकमळ फुटलेलं मी पायलं.'' विजयाबाईंना धोंडांनी मध्येच आडवलं आन सांगितलं, ''आवं ते परदेशातलं काय सांगता! या मातीतलं सांगा. माउलीच्या घरी ब्रह्मकमळ फुटलं व्हतं.''

''कोन माऊली एकाची मधीच शंका.

'आव ज्ञानेश्वर माऊली?''

'' दुसरं को असनार?...'

"आवं, तुम्ही ते ब्रह्मकमळ पाहिलंय?' आठवल्यांचा खोचक प्रश्न.

"का न्हायी पाहनार? आळंदीला जाऊन खांबाला टेका, तुमाला ब्रह्मकमळ दिसेल. उगाच न्हायी दुर्गाबाईनी 'पैस' लिव्हलं!" धोंड आता ज्ञानेश्वराच्या ब्रह्मकमळावर रसभरीत भाषन देऊ लागले. "अहाहा, काय हे पोरगं, काय घाट हाये, काय गती हाये?"

परी मीनाते देखुनि कामकु । जैसा निधानते रंकु ।
का स्त्री देखोनि कामकु । प्रकृती धरी । ।
जैसे खालावा धावे पाणी । भ्रमर पुष्पाचिये घाणी । ।
ना ना सुटला सांजवणी । वस्तुची पा । ।

सुंदर बाईचा पाठलाग करणारा पुरुष. त्याची गती निराळी. त्या बाईच्या गतीनुसार आपली गती तो नियंत्रित करतो. ती हळू चालली की हळू चालतो, ती झपाट्याने चालू लागली की येच्या पावलांचा बी वेग वाढतो. ती थबकली तर हा रेंगाळतो..." धोडांचं भाषण चालू असताना सालं आपल्या मनात याहून निराळेच इचार येतात. ज्ञानेश्वर येवढंसं पोरगं. वयातही न आलेलं. मग बायांचा येवढा बारीक तपशील कसा बरं गवसला असंल?

धोंडांचं ज्ञानेश्वरी पुरान लयी वेळ चाललेलं असतं. पन केशव मेश्राम येतात आनी साराच मूड बिघडतो. आल्याआल्या ते गरजतात,

"आवं, बोरूबहाद्दर, ब्रह्मकमळ काय लावता? धोतऱ्याच्या बिया लावा, धोतऱ्याच्या बिया. बह्मकमळाचा काळ संपलाय." ते कविता म्हणतात.

रंगमंचावर मी पाय टाकताच डफावर थाप पडली.
झाडाझाडावर लटकलेली वटवाघुळे दचकली.
झाडीतले जुनजुनाट काजवे दचकून उडाले.
त्यांचे कुल्ले झगमगले, साऱ्यांना उजेडच वाटला
माझ्या पहिल्याच येन्ट्रीला अंधार टरकन फाटला.

केशव मेश्राम सारं धाड धाड तोफेच्या गोळयासारखं बोलून, आले तसे चालते झाले.

सारा सन्नाटा पसरला. काय झालं ते काहींना कळलंच न्हायी. कुनीतरी वा. ल. कुलकर्ण्यांच्या कानाशी लागलं, "आवं 'वा.लं.', मेश्रामचा संग्रह एम. ए. ला लावून टाका बुवा." सारे फसकन हसले. केशव मेश्रामला दिवाळीला साऱ्यांनी फराळाला बोलविन्याचा ठराव पास करून सारे उठले.

◆

दलितस्थान

जुनी गोठ हाये. बाबासाहेब राऊंडटेबल सभंला लंडनला गेले व्हते. पन त्यांच्या चेल्यांची पुना राऊंड टेबल सभा भरंल, असं कवा वाटलं नव्हतं. पन आसं आक्रीत घडलं खरं. तेही चवदा एप्रिलला, बाबासाहेबांच्या जनमदिनाला साक्षी ठेवून. राऊंड-टेबल भरवायला कारनही तसं मोठं घडलं. त्याचं काय झालं- भारताचे पंतप्रधान मुरारजीभाई हायेत ना, त्यांचा सांगावा आला. म्हंगाले, "देशात दलितांवरचे अन्याय -अत्याचार आमी निपटू शकत न्हायी. जनता पक्षानं तर हात टेकले. आमचा कुनाचा पायपोस कुनाच्या पायात न्हायी. तुमचा तुमी सवतासुभा घ्या. तडकाफडकी दिल्लीला इचार करायला या." आमी तर वायलं सेटलमेंट मागितलं व्हतं. आता तर पंतप्रधान येगळाच सुभा तोडून द्यायला निघालेत. कुनी विमानाची तर कुनी गाडीची तिकिटं खरेदी करन्याचा इच्यार करू लागले. पन खरं म्हंजी सारेच मनातून धास्तावले व्हते. तिथं जाऊन मुरारजीभाईपुढं बोलायचं काय? आयुष्यमान राजा ढाले आणि नामदेव ढसाळ पुढे सरसावले. म्हंगाले, "डरो मत. त्या आधी आपन इच्यारइनिमय करू, मसुदा ठरवू." ज. वि. पवारांना सगळ्यांकडं धाडायचं ठरलं. पहिल्यांदाच 'ज. वि.'ला ठेच लागली. अरुण कांबळे डाफरला. म्हंगाला "हे बघ, तिथं नामदेव अन् राजा येनार असतील तर मी माझा प्रतिनिधी पाठवीन. मी आल इंडियाचा पुढारी हाये. गवई, खोब्रागडे, कांबळे जर येनार असतील तर मग मी येईल. आन तू काय समजतोस, हे आवतन तुमच्यामुळं आलंय? मागच्याच महिण्यात मी पंतप्रधानाची भेट घेतली. अस्सं पंतप्रधानाला झापलं की बात न्हायी." शेवटी 'ज. वि.' नं सगळे येतील असं छातीवर हात ठेवून सांगितलं, तवा तो यायला राजी झाला.

चवदा एप्रिलची सांज. चैत्यभूमीवर हजारो लोक जमलेलं. नेत्यांचा शेवटचा

संदेश ऐकन्यास त्यांचे कान आतूर झालेले. नेते मंडळी सिद्धार्थ विहारात येऊ लागलेली. एकमताने इच्यार करून ते चैत्यभूमीवर जाणार असत्यात. खोब्रागडे खास नागपूरहून आलेले. मजूर पक्षाचे भंडारे, गवईसाहेब, गायकवाड गटाच्या शांताबाई, पँथरची पुढारी मंडळी, अरुण कांबळे, अविनाश संगारेही असतात. पँथरचा एक संस्थापक म्हणून अर्जुन डांगळे याला खास पाचारन करन्यात आलं. नामदेव ढसाळ आन राजा सर्वांचं स्वागत करन्यात गढून गेलेले. 'ज. वि' चवाळ आंथरतो. गवईसाहेबांना मांडी घालून बसता येत नाही. सभापतीच्या खुर्चीची त्यांना सवय झालेली. कुनी तरी म्हनतं "आवं, चवाळ काय टाकता; खुर्च्या-टेबलं आना." सारी धावपळ होते. गवई सूचना मांडतात. 'आजचा ऐतिहासिक क्षन हाये, तवा राऊंडटेबल आना. कॅन्टीनमधून भलं मोठं राऊंड टेबल आनलं जातं. तितक्यात घनश्याम तळवटकर आन न्यायमूर्ती भोळे येतात. सारे आपापला गट करून बसलेले. तळवटकरांना कोनत्या गटात बसावं, ह्ये समजत न्हायी. ते आपलं वायलंच जाऊन बसत्यात. सभेची येळ होऊन गेलेली. बी. सी. आलेले नसतात. सारेच काळजीत. कुनी तरी म्हनतं, "आवं बी. सी. येनारच नाहीत." राजा सांगतो "मंडळी, जनता पक्षाचे मुरारजी जसे बदललेत तसे बी. सी. ही बदललेत. पाहालच आता तुमी." कुनी तरी आवई आनतात, "बी. सी साहेब आलेत." बी. सी. गंभीर मुद्रेनं आत येतात.

त्रिशरन पंचशिलेने सभेला सुरवात व्हते. न्यायमूर्ती भोळ्यांना अध्यक्ष बनवलं जातं. नामदेव ढसाळ पंतप्रधानांचं आवतन वाचून दाखवतो. बारा कोटी दलितांचं भाग्य हे आपल्या हातात कसं हाये, याचं ईरश्रीनं वर्णन करतो. त्याचं भाषन संपत न्हायी तो गवई बोलू लागतात, "आजच्या सभेत शांताबाईंना बसन्याचा अधिकार न्हायी. मी त्यांना पक्षातून काढलं हाये." शांताबाई रागारागानं जबाब देतात, "मला पक्षातून काढनारे तुमी कोन? मीच तुमाला पक्षातून काढलं हाये." बी. सी. गालातल्या गालात हसत हायेत. डोळे सर्वांना शांत करतात. 'आपन आपल्या पक्षाची धुनी इथं धुवू नयेत' असाही इशारा देतात. "अजिंड्यावर बोला." त्यांच्या हातातला हातोडा राऊंड टेबलावर वाजतो. पुना शांतता होते.

बी. सी. इषयाला तोंड फोडतात. म्हनतात "देश म्हंजे काय?" कुनालाच बोलता येत न्हाई. ते मग इंग्रजीत देशाची व्याख्या करतात. कुनालाच ती कळत न्हायी. त्यांच्या बोलण्यातला 'लँड' शब्द घेऊन सगारे 'बी. सी.' ला इचारतात, "असं ताकाद घातल्यासारखं काय मुळमुळीत बोलता? जमीन कुठली मागता बोला." पुना चिडीचुप. अरुण कांबळे बसूनच बोलू लागतो, "स्वतंत्र दलितस्थान मला वाटतं विदर्भात मागायला हवं. तिथं नागपूर राजधानी करता येईल. आपन सगळे नाग व्हतो. ती नागांची भूमी आपल्याला मिळायला हवी." भंडारेसाहेब त्यांचं

म्हननं खोडून काढतात. ते म्हनतात, "दलितस्थान खरं म्हणजे बिहारातच मागायला हवं. बुद्धाची ती पवित्र भूमी. त्याचे पाय त्या मातीला लागलेले. मी तिथं राज्यपाल व्हतो. मला खडा न् खडा माहिती हाये तिथली; मात्र मला राष्ट्रपती करायला हवं."

"आव भंडारेसाहेब, आधी लँड तर फिक्स करा! मग राष्ट्रपतीचं मागावून बघू," खोब्रागडे त्यांना मधीच अडवतात. आता चांगलाच गोंधळ वाढलेला. कुनी म्हनतं "देशाला समुंदर हवा. बिहारात कुठंय समुंदर? मग परदेशाशी व्यापार कसा करायचा? सिलोन, जपान, ब्रह्मदेशाशी दळनवळन कसं करायचं?" बंगालची सूचना पुढे येते. "ज्योती बसू तुमाला बंगाल देईल काय?" असं मत अर्जुन डांगळे मांडतात, तेव्हा त्यांच्याकडे सारे संशयानं पाहतात. वेगळा देश हवा तर मंग खानी हव्यात, मिलिटरी हवी, उद्योगधंदे हवेत, असे डोके खानारेही प्रश्न पुढे येतात. टाटा-बिर्लाशी करार करून उद्योगधंदे काढता येतील, असंही सुचवलं जातं.

जमिनीचा सवाल तसाच लोंबकळत ऱ्हातो. अध्यक्ष पुन्हा हातोडा राऊंड टेबलावर आपटतात. म्हनतात, "जमिनीचा सवाल काही निकालात निघत न्हायी, तवा दुसऱ्या ईषयावर बोला. सांगा देशाचा झेंडा कंचा असावा?"

"हे काय इच्यारनं? रिपब्लिकन पार्टीचा निळा झेंडा तोच देशाचा झेंडा." खोब्रागडे आपले ठाम मत मांडतात.

बी. सी. मध्येच बोलतात, "अध्यक्ष महाशय आय ऑब्जेक्ट. खोब्रागडे सांगतात तो त्यांच्या पार्टीचा झेंडा अशोक चक्र असलेला. आम्हाला मध्ये पुनवेचा चाँद असलेला निळा झेंडा हवाय; तोच खरा पार्टीचा झेंडा." गवईंना राहवत न्हायी. ते म्हनतात, "खोब्रागडे हे पार्टीतून फुटलेले हायेत. त्यांचा झेंडा तो आमचाच खरा झेंडा. आमीच बाबासाहेबांचे खरे वारस हावोत." शांताबाई चुळबूळ करत असतात. भंडारे मध्येच उठतात आन सांगतात, "तसं असेल तर मग आपन मागचाच शेड्यूल्ड कास्टचा झेंडा ठेवू. तारे आसलेला. म्हंजी भांडनच मिटेल." अर्जुन डांगळे उठतात आन सांगतात की, बाबासाहेबांनी पहिला मजूर पक्ष काढला त्या पक्षाचा झेंडा लाल व्हता. मग तोच का नसावा? लाल म्हटल्याबरोबर गोंधळ खूपच वाढतो. अरुन कांबळे आवाज चढवतो, "हा कामुनिस्ट हाय. आपला देश फोडायला आलाय. बाबूराव बागुलांनीच पाठवलं असंल. स्पाय कुठचा! आपल्या मंत्रिमंडळात या लालभाईंना जागा नको." मला तर दलितस्थानाचं मंत्रिमंडळ दिसू लागलं. बागूल आपला हात उंचावत विरोधी पार्टीत बसलेले. तारसुरात गातायत, 'ती मशाल तेवढी घे. आन झोपड्यांच्या वस्तीकडे जा!' मंत्रिमंडळात ठराव पास होतो आहे...राजा ढाले बोलतात- "दलितस्थानात पान कुनी खायचं न्हाय, त्यामुळं लाल क्रांती येईल."

अध्यक्षाच्या हातोड्याच्या आवाजानं मला जाग येते. देशाची घटना कुनी लिव्हावी अशी चर्चा चालू झालेली असते. सारेच 'बी. सी.' कडे पाहू लागतात. ते

स्वतःवरच खूष होऊन बोलू लागतात. ''देशाची घटना मी लिव्हंल, पन त्याच्यावर माझं नाव हवं.'' यावर पुना गोंधळ वाढतो. बाबासाहेबांनी लिव्हलेल्या घटनेवरही त्यांचं नाव न्हायी. तवा 'बी. सी. चं एकट्याचं नाव नको,' याबाबत एकमत होतं. बी. सी. चांगलेच बिथरलेले. 'मी सभात्याग करतो' म्हणून ते बॅग आवरू लागतात. त्यांच्यामागे त्याचे अनुयायी उठून चालू चालतात. काहीच एकमत न होता, सभा बारगळते. बरीच रात झालेली असते. मला चैत्यभूमीवरील गोरगरीब समाज दिसू लागतो. रिपब्लिकनांची फूट झाली तीही घटनेच्या कलमावर, आन ही सभा फुटली तीही घटनेवर. रात्रभर मला सपान पडत असतं 'आरएसएस'चे देवरस बिगूल वाजवत आहेत, आन दलित समाज आपला फाटकातुटका संसार घेवून दलितस्थानाकडे चालले आहेत.

◆

जाळ

गावाला निघालो म्हंजी कारभारीन लई काळजी घेती बघा. तहानलाडू, भूकलाडू पदराला बांधती. 'हात-पाय सांभाळून राव्हा, जिवाला जपा' असं परोपरीनं सांगत आस्ते. तसा या टायमाला मी कुठं लांबवर बडोद्याच्या चाकरीला निघालो व्हतो? मी आपलं चाललो व्हतो बार्शीला. बार्शी तर उश्यापायथ्याशी. पन संमेलनाचं नाव काढताच ती चांगलीच धास्तावली व्हती. 'आवं कारभारी, मला तर लय भ्या वाटतं बघा. मागच्यासारखाच गोंधळा व्हईल बघा.' मी तिला धीर दिला : म्हंगालो, "येडी की काय? अवंदा तसं न्हाय व्हनार; सरदार अध्यक्ष हाईती. ते तर बाबांच्या ठरावाच्या बाजूनं हाईती. मागच्या आध्यक्षानाच सभा उधळायची इच्छा व्हती; खापर आपलं दलितांच्या डोक्यावर फोडलं की झालं. आता तसं व्हनार न्हाई. तू पाहिलं असशीलच. ठायी ठायी दलित लेखकच सरदारांचा सतकार करत्यात. झाडून साऱ्या दलित कवी -लेखक आन इच्यारवंतांना आवतनं धाडल्यात. तेच कसं सभा उधळतील? बायको यावर म्हंती कशी "आवं, या वेळी काही दलित मंडळी न्हाय गोंधळ घालणार; बाबांच्या नावाला इरोध करनारेच विस्कोट करनार हायेत." मी त्यावर म्हंगालो, "आगं, बाबांसाठी दोन दगडी अंगावर पडल्यानं तरी भिऊन चालंल काय? शेळी व्हऊन किती दिवस असं रडत जगायचं? त्यापेक्षा वाघ व्हाऊन मरू." या मया बोलन्यावर कारभारीन लयी खूस झाली बघा. म्हंगाली, "वा रं मया पठ्या." येशीपहोत्तर कारभारीन पोहचवायला आली व्हती.

ठेसनात आलो व्हतो. च्यायला, बडी बडी लेखक-कवी मंडळी कुठंच दिसत नव्हती. तेवढंच 'पुसपासंग मातीस वास लागे.' त्यांच्याकडं म्हनत्यात मायंदळ ब्रह्मकमळाचा सुवास हाये. चिमूट चिमूट चाटतात मान्सं भेटली म्हंजी. आयला ब्रह्मकमळवाले आले न्हायी म्हंजी संमेलन कसं पार पडायचं? कुजबुज चालली

व्हती, ती खरी की खोटी कळत नव्हती. म्हनत व्हते, 'आरे, हे तर सारं डाव्यांचं संमेलन. सारे निवडुंगाच्या काट्यावाले. त्यांना करांती करायचीय. मग सत्य-शिव-सुंदर असं ब्रह्मकमळाचं काय करायचं? आता हेच बघा ना, सरदार अध्यक्ष डावेच. कविसंमेलन तरी ब्रह्मकमळवाल्या कवीला द्यावा ना. तर इ्याट न्हायी. तेही दिलं काट्यावाल्यांना- कामगारकवी नारायन सुर्वे यांना. मंडपाला नाव तरी पहिल्यांदा ब्रह्मकमळ मराठी मातीत लावलेल्या ज्ञानोबांचं द्यावा ना! नाव न्हायी. आमर शेखाचं दिलं म्हंत्यात.. म्हंजी आला का पुना लाल बावटेवाला.

दलित शाखा संमेलन घेतात. शांतम् पापम्! हा तर कहरच. कवा असं घडवलंय? पंढरपुरा जाऊन बघा- चोखा आजून दारातच ठेवलाय. त्या येळची लोकं येडी नव्हती. त्याचेही अध्यक्ष केले बाबूराव बागूल. म्हंजी काय, तेही डावेच. कमीत कमी गंगाधर पानतावणे तरी करायचे! त्यांना थोडं फार ब्रह्मकमळ तरी कळतं. बागूलांचं नेहमीचं तुणतुणं- 'मराठी साहित्यातील जातीयवाद, यावर बागुलांच म्हणनं असं की – 'सालं, आमी ममईला दलित साहित्य संमेलन घेतलं. मंडपाला नाव दिलं 'केशवसुतनगर' तर हेच पेपरवाले म्हंगाले, 'तुमच्या जातीत पन कुनी 'केशवसुत व्हऊन गेला काय?' म्हंजी आता बोंबला! सवता सुभा कोन करतंय हे आलं का ध्यानात?'

आण तुमी म्हंगाल, ''आरं जागल्या, सरदारांना निवडून दिलं ते बड्या बड्या लेखक- इच्यारवंतांनी. त्यांनी मतं दिली तवा ते निवडून आले. तुमचं सांगनं काही खोटं न्हाय बघा. पन खरं सांगू का, हे सारं जनता पक्षासारखं चाललंय. सारेच जनतावाले म्हनायचे, 'जगजीवनरामच देशाचे पंतपरधान व्हायला हवेत.' पन मनातून कुनालाच नको व्हते. तसंच सरदारांचं झालं बघा. संमेलन उधळलंच तर हेच म्हनणार, 'तुमीच दलितांचे लाड करता, मंग व्हऊ द्या आता मनासारखं.'

टकळी सुरू झाली की थांबत न्हायी बघा. सांगायचं व्हतं एक, पन दुसरीकडंच चऱ्हाट वळत बसलो. ठेसनात कुनी वळखीचा ब्रह्मकमळवाला काही भेटला न्हायी. भेटला तो माओ. आवं, असं, हसायला काय झालं? मी चीनच्या माओबाबत न्हायी सांगत. मी आपला सांगतोय या आपल्याच मातीतल्या माओबाबत. आता त्यांचं नाव 'माओ' काही म्या ठेवलं न्हायी. त्यांचं नाव ठेवलं ते भावेअण्णांनी. ते लाडानं म्हनत्यात, 'माओ केर काढ!' खऱ्या माओची तर ते टवाळी करत नसावेत ना! म्हंजी आपले ते पुन्याच्या संमेलनाचे अध्यक्ष. आता माओ मला जो पहिल्यांदा भेटला तो भावेंच्या घरात. तिथं तो घरगडी म्हनूनश्यान कामाला व्हता. त्यानं मला वळखलं.

म्हंगालो, 'काय रं गड्या, कुठं निघालास?'

''चाललोय बार्शीला, पहिल्यांदाच वाटतंय की हे आपलं संमेलन हाये''

''अरे, पन तुला भावेअण्णांनी रजा बरी दिली?''

"ती नोकरी कवाच सोडली बघा. आता ठान्याला कारखान्यात नोकरीला हाये"

"म्हंजी असं काय घडलं?"

"आवं काय सांगायचं, जवा तवा भावे म्हनायचे - मी या खत्रुड देशात जन्माला आलो नसतो तर राजा झालो अस्तो. आता तुमीच सांगा, यो राजा तर मंग आमी जलमभर गुलामगिरीच करायची काय?'

सापानं कात टाकावी तसा माओ बोलत व्हता. खाली जाळ लावला तर वर उकळी फुटनारच. मी माओच्या हातात हात मिळवला.

◆

काठी

उनाचा कहर झाला व्हता. डांबरी रोड तापलेला. तवा फुपाटा तुडवत चाललो व्हतो. कवा काळची हिरवळ मातीमोल झाली व्हती. कुठंबी सावलीचा टिपूस दिसत नव्हता. लांबच लांब मैदान मया पुढ्यात पसरलेलं. मान्सं दाटीवाटीनं खुराड्यात रहात होती, आन सभेसाठी शहरात येवढं भलं मोठं मैदान राखून ठेवलेलं. दुपारच्या खेळ खेळणारी मोठ्या घरची पोरंबी कुठं दिसत नव्हती. कुठं तरी बूड टेकावं असं वाटत व्हतं. मैदानाच्या कडेला देऊळ दिसलं; पन त्याचाबी दरवाजा कडी-कुलपात बंद. आत पंख्याच्या गारव्यात भल्या मोठ्या ढेरीचा महाराज झोपलेला.

दूरवर नदर तानली. भल्या मोठ्या संगमरवरी चबुतऱ्यावर गांधीबाबाचा पुतळा दिसत व्हता. पुतळ्याची सावली पाहून हरकलो. झपाझप पावलं उचलली.

वळखू येऊ नाही येवढा गांधीबाबाचा पुतळा ओकाबोका झाला व्हता. नेहमीची काठी हातात नव्हती. कमरेवरचं घड्याळ कुनी तरी लांबवलेलं. पंचाबी ओरबडलेला व्हता. कमरेला लंगोटीयेवढा तुकडा राहिलेला. गांधीबाबाचा असा अवतार कुनी केला म्हणून मी तोंडात बोट घालीत चाललो व्हतो.

पुतळ्याच्या सावलीत जावून बसलो. चंची काढली, आन तमाखू मळू लागलो. चांगला बार भरला आन गांधीबाबाच्या गळयाकडं ध्यान गेलं. मैदानात टोलेजंग सभा झाली असावी. गांधीबाबाच्या गळ्यात फुलाची माळ व्हती. पन उनानं ती आता करपली व्हती.

आयला! येवढ्या उंच जागी गांधीबाबाच्या गळ्यात हार कसा बरं घातला असंल, म्हणून मी च्याट पडलो.

असा काहीबाही इच्यार करीत असताना मया अंगावर पान्याचा टिपूस पडला. मी चांगलाच चमकलो. आभाळात पायलं, ढगाचं नावनिशान नव्हतं. सारं आभाळ

भगभगीत. सारवल्यासारखं. कुठून बरं टिपूस पडला या विचारात मी वर त्वांड करून बघतो तो काय? गांधीबाबा रडत व्हते. आयला तमाखू चढली की काय? म्या मलाच चिमटा काढला. मी चांगला जागा व्हतो. मला दिसत व्हतं ते सपान नव्हतं.

गांधीबाबा फोटूत कसं लहान लेकरासारखं हसायचे. पन आज ये काय बघतोय? मी न राहवून इच्यारलं, 'गांधीबाबा, तुमी रडता? असं काय आकरीत घडलं?''

''थांब, सारं सांगतो. खाली उतरायला मला हात दे.''

मी गांधीबाबाला हात देतो. कवापासून उभे रायलेत कुनास ठावं? पायरीवर मयाच पुढयात येवून बसलं. खाली बसताना त्यांच्या लांबलचक पायाची हाडं कडाकड वाजली.

''गांधीबाबा, काय ही तुमची दशा झालीय? आन तीबी आपल्या स्वोतंत्र्यात !''

''काय सांगू लेका? माज्याच चेल्यांनी हे दिवस आनलेत. जो तो मयावर हक सांगू लागला. कुनी घड्याळ लांबवलं, तर कुनी पंचा फाडला, तर कुनी तीन माकडं पळवली.''

''आन शेळी ?''

''ती नेली इनोबानं. पवनार आसरमात दूध प्यायला. उगाच न्हायी म्हातारा अजुनही टनटनीत.''

''आन काठी ?''

''काठीच्या राजकारनाचं काय सांगू, म्हातारपनात काठीचा आधार म्हणून ती मी हाती घेतली. मला काय माहीत तिची अशी पळवापळवी करतील?''

''पन ती अशी पळवली तरी कुनी?'

''पहिल्यांदा ती इंदिराबायने पळवली. माझं नाव लावते ना! म्हंगाली, 'नावासारखी वागीन.' दुसरं म्हंजी महा असली चेला नेहरू, त्येची ती लेक हाय. मया पुढयातच लहानाची मोठी झाली. घोडा खेळायला मागत असेल म्हनलं. पन कसंच काय! आनीबानीत अशी काय काठी फिरवली, जंता भयभीत झाली. 'चिप पोरा, कान कापीन' असं म्हनत तिनं देशाचा जेलच केला. आरं यासाठी का आमी गोऱ्या सायबाशी टक्कर घेतली! महं काळीज पिळवटत व्हतं. जेपीला म्हंगालो, ''बघ रे बाबा, काई तरी तोडगा काढ. पोर अवखळ झालीया. उद्या कुनी सांगावं, ही काठी ती आपल्या लेकाला देईल.''

''गांधीबाबा, जेपीनं इलाज केला खरा; पन त्या जंता पार्टीकडून इलाज रायला बाजूला आन काट्याचा नायटा झाला की!''

''तुझं खरं हाय. पण तिथंही काठीनंच घोळ केला. मी जेपीला म्हंगालो व्हतो, 'बाईकडून काठी काढून घेतलीस खरी, पन ती आता भलत्यासलत्या मानसाच्या

हाती पडू देऊ नकोस. न्हाय तर देशाचा लिलाव व्हईल.''

''पन त्यांचं काय चुकलं? तुमचाच दुसरा चेला मुरारजीभाई, त्याच्याकडं काठी दिली नव्हं का?''

''अरे व्हय. पन ती नावालाच त्याच्या हाती व्हती. वापरीत व्हते जनसंघ, 'आरएसएस'वाले. साऱ्या देशात काठीचं किती पीक आलं व्हतं. ते सांगत जनतेला की गांधीबाबाची पवित्र काठी हाये. मग काय, राजघाटावर त्यांनी मही शपथ घेतली. मला तर नवाल वाटत व्हतं. आरं ही मान्सं अशी धुतल्या तांदळासारखी कशी वागू लागली? ऐकलं की, संघाच्या प्रार्थनेतबी माझं नाव गोवलंय. आरं, बरं आठवलं. मया गळयात ही वाळलेली फुलाची माळ दिसतेय ना, ती देवरसानीच घातलिया. म्हंजी काय 'मुखमें राम आन बगलमे छुरी.'

''आवं पन गांधीबाबा, तुमचेच चेले गोरे अन येस. येम. जोशी यांनी तर संघ सुधारला हाये, असं मीडल त्याच्या छातीवर लावलाय !''

''त्याचं काय घेवून बसलाय? ते सारं काठीचं राजकारन हाये. मी म्हनतो दुसऱ्या स्वोतंत्र्यात नौखालीला लाजवील अशा किती जुलमी घटना घडल्या. बेलछी, अलीगड, आग्रा, जमशेदपूर, मऱ्हाटवाडा या ठिकानी या काठीनंच लोकांना झोडपलं ना? काठी कमी पडते म्हणून की काय गोळ्याबी झाडल्या. आरं, मी म्हनतो की याकरता काय तुमी दुसरं स्वोतंत्र्य मागितलं?''

''पन गांधीबाबा, यामागं जनसंघ, 'आरएसएस'चं राजकारन व्हतं असं का तुमाला म्हनायचं हाये ? तसा पुरावा मिळत न्हायी, असे काठीवालेच म्हनतात!''

''आरं बाबा, याचे खायचे दात आन दाखवायचे दात येगळे असतात. नथूराम गोडसेनं मला गोळी घातली हे खरं ना? आता येच म्हनतात गोडसे काई आमच्या संघाचा सभासद नव्हता. तवा यांच्या भुलथापावर तू जाऊ नकोस.''

''पन बाबा, आता तर हे तुमचे सपान खरं करायला निघालेत.''

''कंचं सपान?''

''तुमी म्हंगाला व्हता ना, देशाचा पंतपरधान हरिजन व्हायला हवा. जगजीवनराम बाबूला ते पंतपरधान करनार हायेत.''

''आरं, हे तुला खरं वाटतं? मग मी म्हनतो, दुसर स्वातंत्र्य आलं व्हतं तवा का बरं जगजीवनरामला गादीवर बसवलं न्हायी? तवा तर वरच्या जातीतल्या लोकांनीच खोडा घातला.''

''पन बाबा, मी म्हंतो जगजीवनराम पंतपरधान होऊन खरंच का देशाचा कायापालट व्हईल ?''

''आरं पोरा, मी सुरवातीलाच म्हंगालो व्हतो. कांगरेस काही एक पक्ष न्हाय. ती चळवळ हाये. तवा पक्ष बरखास्त करा. अशा आयत्या पिठावर रेघोट्या वढू नका.

तळापासून काम करा. केवळ खुर्च्यांचा खेळ खेळू नका. पन माझं त्या येळी कुनी ऐकलं न्हायी. ज्याला त्याला खालपासून काही बदल व्हावा, असं वाटत न्हाई. महादरिद्री नारायन सुखी व्हावा असं वाटत न्हायी; मग असंच असेल तर वरवर बदल करून असं काय व्हनार? नुस्ती काठीची अदलाबदल.''

''पन आता तर मूळची कांगरेस खूपच वाढलीय. येल मांडवाला गेलाय. पाचाच्या पनास पार्ट्या झाल्यात. तुमच्या येळचा हरेक मानूस आज नवा पक्ष काढतोय.''

''मला तुझं बोलनं समजतंय पोरा. आसं जर झालं तर एक दिवस हा देश हुकूमशाही वरवंट्याखाली भरडेल.''

हे सारं बोलत असतानाच दूरवरून 'महात्मा गांधी की जय' अशा घोषना देत मोरचा येत व्हता. त्यांनी हातात लांबलचक झाडू आनि पान्याच्या बादल्या घेतलेल्या व्हत्या. गांधीबाबा सांगत असतो, ''पोरा, आता जा; मला चबुतऱ्यावर उभं राहावं लागणार. जनता युवा मोरचा आलाय. त्यांना पुतळा साफ करायचा असंल.''

मी गांधीबाबाला चबुतऱ्यावर चढन्यास हात लावतो. आता मोरचा जवळ येत चाललेला. 'महात्मा गांधी की जय' या घोषना मैदानात घुमत व्हत्या. मोरचाच्या आघाडीवरच्या मानसाकडे माहे लक्ष गेलं. जनता पक्षाचे तडफदार नेते सुबरमन्य स्वामी हात उंचावत येत व्हते. मी 'हरे राम' करून मटकन खाली बसलो...

◆

इच्यारवंत

एक व्हता इच्यारवंत. लाकुडतोड्या खांद्यावर कुऱ्हाड घेऊन जसा रानात जायचा, तसा हा इच्यारवंत आपल्याला मारकस बाबाचा चेला समजायचा. पण गंमत म्हंजी खादी वापरायचा. गॉटमॉट करायचा; पण धोतर-बंडी वापरायचा. कुठंही बसायचा; म्हणायचा 'काढा तमाखू.' साऱ्या परगण्यात त्याचा दबदबा. कुणीबी त्याच्या वाट्याला जायचं न्हायी. राजकारणावर जसा बोलायचा, तसा संगीत नाटक-खेळ- तमाशावर बोलायचा. रातभर जागर करायचा. फुले त्याला गावंढळ वाटायचा, तर म्हारमांगांना आर्य समाज जेवान वाटतोय, म्हणूनश्यान थोर वाटायचा. कुणाला अंगाला, कुणाला जांघाला घ्यायचा आणि त्याचीच टिमकी वाजवायचा. त्याला साऱ्या भासा अवगत, पशू-पक्ष्यांचीही भासा त्याला येती म्हणत्यात. त्याची मरहाठी भासा तर गुळवण्यावानी. तवा तो आडात गुळवणी आन् झाडाला कानवली अश्या लयी थापा मारायचा. अंगाजांगाखालच्यांना ते सारं खरं वाटायचं. कवा कवा तो भगवी कफनी घालायचा तर कवा हिरवी. चेल्यांचा घोळ व्हायचा; पण कुणी पुढं होवूनश्यान इचारायचे न्हायीत. त्यानं डोयीवर हात ठीवला म्हंजी साहित्यात सोनं व्हतंय, असाच समज व्हता. चेल्याच्या पाठीवरून हात फिरवला म्हंजी चेलाही खूष व्हायचा. गुरुदक्षिणा म्हणून जेवान द्यायचा- शिरीखंड वराण-वांगेभात. भौंवताली रांगोळी. उदबत्यांचा घमघमाट. काय इचारता! इच्याराची कुरहाड बाजूला ठेवून अिचारवंत ज्यावायला बसायचा.

एकदा काय झालं, तो असाच एकदा एका चेल्याच्या घरी जेवायला बसलेला. उघडाबंब. त्याच्या पोटावरचं जाणवं बघून एक जण म्हंगाला, "काय वो इच्यारवंत, तुमी मारकस बाबाचे चेले. धरम मनात न्हायी म्हंता, मग हे जाणवं कसं?" बोलूनचालून इच्यारवंतच तो. बोलायला काय कुणाला ऐकतोय. म्हंगाला. "बापहो,

त्याचं असं होये, जानवं चाव्या टांगायला फसकलास.'' पंगतीतले सारे चकीत
व्हतात. तर एक चेला जादाच चुळबुळ करायला लागला. तवा इच्यारवंत म्हंगाले,
''वत्सा, जरा शांत हो. तुमाला द्रिष्टांत सांगतो बघा. एक होता किरतनकार. रातीच्या
टायीमाला त्याचं गावातल्या बायकांपुढे किरतान व्हायचं. किरतनात बुवा सांगायचा,
'बायांनो, सूर्यनारायण उगवतो तवा त्याच्याकडं त्वांड करून गंगेत मुतू लागता.'
रातच्याच किरतनातल्या बाया नदीवरून पाणी घेवूनश्यान येत व्हत्या. बुवाला तसे
पाहून त्यांचा पारा चढतो. त्याचं आटोपल्यावर बाया त्याला अडवून म्हणत्यात –
''बुवा महाराज असं वं कसं?'' तवा बुवा म्हंगाला, ''बायांनो, मला फिरवता येतं;
तुमाला येत न्हायी.''

इच्यारवंताचा दृष्टान्त ऐकून सारी पंगत गपगार झाली !

◆

युवराज

एक व्हता युवराज. कोडकौतुकात वाढलेला. नेतराचा दिवा आन् हाताचा पाळणा करूनश्यान रजाचा गज केलेला. सोन्याचा चमचा तोंडात घेऊनच जलमला व्हता. नखभर दुःख माहीत नव्हतं. पायाखाली रेशमाच्या पायघड्या. पंखा हलवायला दास-दासी. उन्हाळा, पावसाळा, हिवाळा या मोसमात राहायला वायला राजवाडा. सोबतीला नाचगाणं, बुलबुलचं ग्वाड बोलणं. युवराज मातूर गपचीप. असं वाटावं की मूग गिळून बसलेला. सारखा आढयाकडं पाहायचा. माय म्हणायची, 'का रं माझ्या लेकरा, उदास का असा-माझ्या हरणाच्या पाडसा.' युवराज व्हायचा गोरामारा. लेकराचं काय हरवलंय याचाच घोर मायला पडायचा.

कुणीतरी सांगतं, युवराजाचं करा लगीन. मग बघा कशी कळी खुलेल! साता समुद्रापल्याड व्हती एक परी. कापसावानी गोरी गोरी. वाजतगाजत आणली वाड्यावर. दिसामाशी परीला गेले दिवस. मायला वाटलं, चला बरं झालं; येल मांडवाला चढला. एकदा काय झालं, सगळ्यांचा डोळा चुकवून युवराज पडला वाड्याबाहेर. सोबत व्हता एक बंदा सेवक. त्याचा रथ जवा नगरात आला, तवा लोकांची ही तोबा गर्दी पाहून युवराज कावराबावरा झाला. तो म्हणाला, 'बंदा, आरे वारूळ फुटल्यावानी हे लोक आले कुठून?'

"ह्यांना जंता म्हणत्याती. मायंदळ वाढलीय. मिनटाला एक परमान हाय बघा जलमाचं!"

"आन हे ताशा-ढोल वाजवीत कयाला येतात?"

"लग्नाची वरात निघालीय!"

"नवरदेवाच्या मागं तर....."

"व्हय युवराज, दागदागिने -उशा-गादी-पलंग-मोटारगाडी हा संसार हुंडा

हाये.''

"बरं- रथ पुढे घे''

"रस्त्यात कचऱ्याचे ढीग हायेत.''

"रथ मागं वळव, नंदनवनात जाऊ.''

"युवराज, हे पाहा आलं नंदनवन.''

"अरे हे तर सारं ओकं ओकं.''

"बंदा, हे सारं पाहून वाटतंय की, जगात सगळीकडे दु:ख हाये. वृक्षारोपण, कुटुंबनियोजन, हुंडाबंदी- स्वच्छता, साक्षरता या पंचमार्गांनी सुखी व्हईल. हे ग्यान जनतेला दिलं पाहिजेल हाये. मी काही घरी परत येत न्हायी, तू रथ घेऊन राजवाड्यात परत जा.''

असं बोलून आपले रेशमावानी लांब केस तलवारीनं कापले. अंगावरचे दागिने- राजपेहराव उतरवला अन् सेवक बंदाचा खादीचा सदरा अंगात घातला. युवराजांचे हे भणंग रूप पाहून सेवक धाय मोकलून रडू लागला. युवराजांनी त्याची समजूत काढली. 'जगाच्या कल्याणा, मी घराचा, सर्व सुखांचा, राजवैभवाचा त्याग करतोय.' असे युवराज बोलतो अन् बंदाचा शेवटचा निरोप घेऊन तो नगरीच्या मळलेल्या वाटेनं चालू लागतो. झाडंझुडपं-अणुरेणू- किडामुंगी युवराजाच्या नावानं घोषणा देऊ लागतात.

◆

www.ingramcontent.com/pod-product-compliance
Lightning Source LLC
LaVergne TN
LVHW090001230825
819400LV00031B/483